பி.உஷாதேவி

கன்னியாகுமரி மாவட்டம் சுசீந்திரத்தில் பிறந்தவர். தமிழிலும் மலையாளத்திலும் எழுதுகிறார். மலையாளத்தில் இரண்டு சிறுகதைத் தொகுப்புகளும் நாவல் ஒன்றும் வெளியிட்டுள்ளார். தமிழில் மூன்று சிறுகதைத் தொகுப்புகளும் கவிதைத் தொகுப்பு ஒன்றும் வெளியிட்டுள்ளார்.

மகாகவி உள்ளூர் பரமேஸ்வர ஐயர் நினைவு அறக்கட்டளை விருது 2016, தமிழ்நாடு கலை இலக்கியப் பெருமன்ற விருது - 2016, திருவனந்தபுரம் தமிழ் சங்கம் மாதக் கவியரங்கம் ஊக்கப் பரிசு - 2017, பயணம் பதிப்பகம் பரிசு (சாத்தூர்) - 2018, திருக்குறள் பேரவை (கரூர்) பரிசு - 2019 ஆகியவை பெற்றுள்ளார்.

மத்திய அரசின் கைவினைப் பொருட்கள் வளர்ச்சி ஆணையகத்தில் கைவினைப் பொருட்கள் மேம்பாட்டு அதிகாரியாகப் பணியாற்றிப் பணிநிறைவு செய்துள்ளார்.

பிச்சியின் பாடு

பி.உஷாதேவி

அகநி
வெளியீடு

வெளியீடு : 110
ISBN : 978-93-82810-75-9

பிச்சியின் பாடு (சிறுகதைகள்)
பி.உஷாதேவி

முதல் பதிப்பு: பிப்ரவரி, 2021
பக்கம்: 184

நூல் வடிவமைப்பு : எஸ். மாரீஸ்
அட்டை வடிவமைப்பு : கோ.ராமமூர்த்தி
அச்சாக்கம்: மணி ஆப்செட், சென்னை

விலை: ரூ. 140

Pichiyin paadu (Short Stories)
P.Ushadevi

First Edition: February, 2021
Pages : 184

Layout : S.Maries
Wrapper : G. Ramamoorthi
Printing: Mani Offset, Chennai

Akani veliyeedu
No.3, Paadasalai Street, Ammaiyapattu, Vandavasi - 604408
Ph: 98426 37637, 94443 60421 email: akaniveliyeedu@gmail.com

என் அன்பான குடும்பத்தினருக்கு...
இந்நூல்

சாயங்காலம் ○ 7

ஆற்றோரம் ஒரு வீடு ○ 34

பிச்சியின் பாடு ○ 59

ஆங்காங்கே கிடக்கும் முட்கள் ○ 96

பின்னோக்கி நடப்பவன் ○ 116

நீரோடை போல் ○ 136

யாழும் நிழலும் ○ 162

 சாயங்காலம்

இது மாலைப்பொழுது. இனம் காண முடியாத கவலை மனதைச் சூழ்ந்து கொள்ளும் பொழுது. எவ்வளவுதான் யோசித்துப் பார்த்தாலும் என்ன கவலை என்ன வலி என்று புரிபடுவதேயில்லை. அடிக்கடி இப்படித்தான் இருக்கிறது. ஒளி குறைந்து இருள் கவிழ்ந்து வரும் இந்த நேரம் சிறிது பயத்தைக்கூட தருகிறது. இந்தக் கவலை, பயம் எல்லாம் தேவையற்றது என்று தெரியாமலில்லை. பகலுக்குப் போகாமலும் இரவுக்கு வராமலும் இருக்க முடியாது. மனம் அதன் போக்கில் என்னென்னவோ சிந்தித்துக் கொண்டே இருக்கிறது. அப்படிப் பார்த்தால் மாலைப்பொழுதில் மட்டுமா, எந்தப் பொழுதிலும் மனம் குழப்பமான சிந்தனைகளுடன்தானே இருக்கிறது. மாத்திரைகள் மூளையை மழுங்கச் செய்கிறதோ என்னவோ.

வாசலருகே நிழலாடிற்று. அவர் உற்றுப் பார்த்தார். இது யார், வெள்ளை வெளேரென்ற நிறத்தில் குட்டைத் தலைமுடியுடன் என்னைப் பார்த்துக்கொண்டு நிற்பது யார்? காஞ்சனா இப்படி இருக்க மாட்டாள். காஞ்சனா இவ்வளவு நிறமில்லை. நீளத் தலைமுடி, பெரிய கண்கள், கண்களாலேயே அதட்டுவாள், மிரட்டுவாள், அன்பைப் பொழிவாள். இவள் யார்?

"என் பெயர் சுப்பிரமணியம். எல்லோரும் என்னை மணியம் என்று கூப்பிடுவாங்க. நான் மாநில அரசாங்கத்

பி. உஷாதேவி ☸ 7

தில் வேலை பார்த்து ஓய்வு பெற்று இப்போது ரிலாக்ஸாக இருக்கிறேன்” என்றார்.

“இதெல்லாம் எனக்குத் தெரியாதா, என்ன?” என்று காத்ரின் எனும் காத்தா சொல்லவில்லை.

“ஓகெ அங்கிள், ஐ ஆம் காதரின். க்ளாட் டூ மீட் யூ” என்று கையை நீட்டினாள்.

“ஓ, நீ தானா?” என்று சிரித்துக் கொண்டே அவர் கை குலுக்கினார். இருந்தும் அவருக்குச் சந்தேகம் வந்தது.

காத்தா பக்கத்தில் வந்து ஒரு கப் தேனீரை அவருக்குத் தந்தாள். இவள் காஞ்சனாதானோ? காஞ்சனா சும்மா பெயரை மாற்றி மாற்றிச் சொல்வாள்.

என் பேரு காஞ்சனா அல்ல. நான் அமிர்த வர்ஷினி என்பாள். இரவுகளில் நிலாகாயும் பொழுதுகளில் ஜன்னல் களை அகலமாகத் திறந்து வைத்து நிலவொளியை உள்ளே வரச் செய்து நீலாம்பரியில் ஏதாவது கீர்த்தனை பாடுவாள். பாடி முடித்ததும் நான் நீலாம்பரி என்பாள் சிரிப்புடன்.

இப்போது அவள் எங்கே? முன்னெல்லாம் மூக்கு நுனி சிவக்கக் கோபம் கொண்டு மரபீரோவுக்கும் மேஜைக்கும் இடையே உள்ள இடத்தில் தரையில் அமர்ந்துகொண்டு அழுவாள். அவளைச் சமாதானப்படுத்த அவ்வளவு கஷ்டமாக இருக்கும். இப்போதும் ஒருவேளை அங்கே தான் ஒளிந்திருக்கிறாளோ, என்னவோ, அரூபியாக. நிஜத்தில் அவள் ஒளிந்திருக்கிறாள் என்று நினைக்கவே அவர் விரும்பினார்.

அவர் கண்களைச் சுருக்கிக்கொண்டு பார்த்தார். அவள் சற்றே திரும்பி வாசலருகே நின்றிருந்தாள். அந்த வெளிச்

சத்தில் அவர் நன்றாகக் கண்டார். பனியன் போன்ற ஒன்று மேலேயும் லூசான பேன்ட் போல ஏதோ ஒன்று இடையிலும் போட்டிருந்தாள் காதரின் எனும் காத்தா.

அவள் கோப்பைக்காக காத்திருக்கிறாளோ என்ற நினைப்பு வந்ததும் அவர் அவசரமாகத் தேனீரை குடித்து விட்டு, கப்பை பக்கத்து மேஜைமேல் வைத்து விட்டுக் கட்டிலில் சாய்வாகப் படுத்துக் கொண்டார். காத்தா வந்து தேனீர் கோப்பையை எடுப்பதும், "வள்ளீ..." என்று உதவிக்கு நிற்கும் பெண்ணை அழைத்துக் கொடுப் பதையும் கண்டார். அவர்கள் வெளியே செல்வதைப் பார்த்துக்கொண்டிருந்தார்.

இன்னும் சற்று நேரத்தில் மாலை மங்கி இருள் சூழத் துவங்கிவிடும். எழுந்து விளக்கைப் போட வேண்டும் போல் அவருக்குத் தோன்றியது. இருந்தாலும் எழுந் திருக்கப் பிடிக்காமல் சோம்பலோடு சாய்ந்தே கிடந்தார். காத்தாவோ வள்ளியோ அறைப்பக்கமாகக் கடந்து சென்றால் அழைக்கலாம். ஆனால் மகன் ஸ்ரீராம், "அப்பா நீங்களேதான் எழுந்து லைட் ஸ்விச்சு போட்டுக்கணும். எதுக்கும் யாரையும் டிபென்ட் பண்ணக்கூடாது" என்று கட்டளையிட்டுள்ளான். காத்தாவிடமும் வள்ளியிடமும் சொல்லியிருப்பான்போலும், அதான் இதுபோன்ற நேரத்தில் அவர்கள் அறைப்பக்கம் வருவதேயில்லை.

ஸ்ரீராம் அடிக்கடி ஏதாவது கட்டளைகள் பிறப்பித்துக் கொண்டே இருக்கிறான். அவன் ஒரு பெரிய நிறுவனத் தில் வேலை பார்க்கிறான். இரவு கிட்டத்தட்ட பத்து மணியாகும் போதுதான் வீட்டுக்கு வந்து சேருவான். சில நாள் அறைக்குள் நுழைந்து நாற்காலியில் உட்கார்ந்து, "குளிச்சீங்களா சாப்பிட்டீங்களா?" என்பன போன்ற ஓரிரு

பி. உஷாதேவி ✵ 9

கேள்விகள் கேட்பான். பின்னர் கைபேசியில் ஏதாவது பார்த்துக் கொண்டிருப்பான். அவன் அடிக்கடி அலுவலக வேலை விஷயமாக வெளியூருக்குச் சென்றுவிட்டு இரண்டு மூன்று நாட்களுக்குப்பின் வருவான். அவன் ஊரில் உள்ளபோது அறைக்கு வராமலிருக்கும் நாள்களில் அவர் மெதுவாக நடந்து அவன் அறை வாசலுக்குச் சென்று நிற்பார். ஏதாவது விஷயம் ஞாபகத்தில் வந்தால் வந்த உடன் சொன்னால்தான் உண்டு. பின்னர் சொல்லலாம் என்றால் மறந்துவிடுகிறது. ஆனால் சாத்தப்பட்ட அறைக் கதவைத் தட்ட மனதின்றித் திரும்பி விடுவார்.

அறைக்குள் இன்னும் கொஞ்சம் இருள் வந்தது. அவருக்குக் கைமேல் ஏதோ சிறு பிராணி ஊர்வதுபோல் தோன்றியது. குனிந்து கையைப் பார்த்தார். ஒன்றும் தெரியவில்லை. ஆனால் ஏதோ ஊர்வது போன்ற உணர்வு இருந்தது. அவர் குனிந்து படுக்கையைப் பார்த்தார். இளம் மஞ்சள் வண்ண படுக்கை விரிப்பில் சிறுசிறு கட்டெறும்புகள் ஊர்ந்து கொண்டிருப்பதாகக் கண்டார். அவர் கையால் படுக்கையைத் தட்டினார். இப்போது அந்தச் சிறு பிராணிகள் எல்லாப் பக்கமும் சிதறி ஓடின. அவர் முடிந்த மட்டும் கைகளால் தட்டித் தரையில் போடப் பார்த்தார். ஆனாலும் தரையில் விழுந்தவை போக மேலும் மேலும் கட்டெறும்புகள் படுக்கையில் ஊர்வதை அவர் கண்டார். பக்கத்தில் கிடந்த மேஜை மேல் கையால் தடவிக் கண்ணாடியை எடுத்து மாட்டிக் கொண்டு பார்த்தார். இப்போது ஒன்றும் காணவில்லை. இளம் மஞ்சள் நிறவிரிப்பு படுக்கையின் பாதிவரை தான் உள்ளது. மீதி இடத்தில் நிறையப் பூக்களின் படங்கள் உள்ள தவிட்டுநிற விரிப்பு கிடக்கிறது. அவருக்கு எரிச்சலாக இருந்தது.

"வள்ளீ... வள்ளீ..." என்று கத்தினார். யாரும் கேட்க வில்லை போலும். மறுபடியும் கத்தினார். இப்போதும் யாரும் வரவில்லை. ஒரு வேளை ஸ்விட்ச் போடத்தான் கூப்பிடுகிறேன் என்று நினைத்து வராமல் இருக்கிறார்களோ? இல்லை இது வீடல்லவோ அவுட் ஹவுசா? ராம் அன்றொரு நான் சொன்னானே. "இங்க பக்கத்திலே நெறய வீடுகள் இருக்கு. சத்தம் போடக் கூடாது. ரொம்ப கத்தினீங்கன்னா அவுட் ஹவுஸில படுக்க வச்சிருவேன்னு" அப்போ இது அதானா? இங்கேருந்து கூப்பிட்டால் வள்ளியின் காதில் விழாதா. அவர் தனக்குத்தானே பேசிக் கொண்டார். சுவர்களைப் பார்த்தார். இல்லை. இது தன்னுடைய அறைதான், வெள்ளைச் சுவர்மீது காஞ்சனாவின் பெரிய புகைப்படம் மாட்டப் பட்டுள்ளது. சுவர் மூலையில் மர ஸ்டான்டில் காஞ்சனா கையால் செய்த கம்பளிநூல் பொம்மைகள் நிறைந்த ஒரு மூங்கில் கூடை உள்ளது.

அவர் எழுந்து கட்டில் மேல் கைவைத்து நின்றார். இதுபோன்ற பூக்கள் படங்கள் எல்லாம் உள்ள படுக்கை விரிப்புகள் போடாதே என்றால் வள்ளி கேட்பதே இல்லை. இளம்வண்ணங்களில் உள்ளப்ளயின்விரிப்புகள் தான் வேண்டும். அப்போது தான் எறும்பு, கட்டெறும்பு, சிறு பிராணிகள் போன்றவைகளைக் காண முடியும். ஸ்விட்ச் போடலாமென்று நகர்ந்தார்.

சட்டென்று விளக்கெரிந்தது. "என்ன அங்கிள்?" என்று கேட்டபடி முன்னால் காத்தா நின்றாள். அவர், வள்ளியாக இருந்தால் கோபமாக ஏதாவது சொல்ல வேண்டும் என்று நினைத்திருந்தார். ஆனால் காத்தா நிற்பது கண்டு கோபத்தைக் கட்டுப்படுத்திக் கொண்டு, "படுக்கையில்

நிறையக் கட்டெறும்பு” என்றார். காத்தா படுக்கையைக் குனிந்து கூர்ந்து பார்த்தாள். பின்னர் அவரையே சற்று நேரம் பார்த்தாள். பின் அவரைக் கைபிடித்து நடத்தி பக்கத்தில் இருந்த நாற்காலி மேல் உட்கார வைத்தாள்.

எறும்போ வேறெதுவுமோ இல்லாமலிருந்த படுக்கை விரிப்பைக் கையால் தட்டினாள். எடுத்து உதறினாள். அதை ஒரு பக்கமாகத் தரையில் போட்டாள், பீரோ திறந்து இளம் நீல வண்ண ப்ளையின் விரிப்பொன்றை எடுத்துக் கட்டில் நிறையுமாறு விரித்துப் போட்டாள்.

“தலைகாணி, தலைகாணி” என்றார் அவர். அவள் புன் சிரிப்புடன் ஓ.கெ. ஓ.கெ என்றவாறே உறைகளை மாற்றினாள்.

“காற்றடிக்குது, ஷர்ட் போட்டுக்கோங்க” என்றபடி ஹங்கறிலிருந்து ஒரு சட்டை எடுத்துக் கொடுத்துவிட்டு வெளியே சென்றாள்.

அவர் அவள் கடந்து சென்ற பின்னரும் வாசலைப் பார்த்துக் கொண்டிருந்தார். எங்கோ பிறந்து வளர்ந்து இப் போது இங்கே வந்து ராமுடன் வாழும் இவள் எனக்குப் படுக்கை சரி செய்கிறாள். சட்டை எடுத்துத் தருகிறாள் என்று நினைக்கையில் அவருக்கு அவள்மேல் மிகுந்த அன்பு தோன்றியது.

அவர் தரையில் குனிந்து குனிந்து கட்டெறும்பு உண்டா? என்று பார்த்தார். எல்லாம் போய்விட்டது போலும். இருந்தாலும் நம்ப முடியாது. மறுபடியும் வரக்கூடும். அவர் கண்ணாடியைக் கழற்றி வைத்தார்.

ராமிடம் இதைச் சொல்லக்கூடாது. சொன்னால் இனி விரிப்பில்லாமல் வெறும் கட்டில்மேல் படுத்துக் கொள்

ளுங்கள், தினமும் ஷீட் மாற்ற முடியாது என்ற சொல்வானோ? அல்லது ஏன் என்கிட்டெ சொல்லலே? நான் லைட் கலர் ஷீட்ஸ் வாங்கித் தந்திருப்பேனே என்பானோ. அவருக்குக் குழப்பமாக இருந்தது. இருந்தாலும் சொல்ல வேண்டாம் என்றே முடிவெடுத்தார். அவன் பாவம் எவ்வளவோ டென்ஷனிலெ இருக்கிறவன் என்று முணுமுணுத்தார்.

நாற்காலியில் உட்கார்ந்தவாறே சுற்றுமுற்றும் பார்த்தார். நான்கு சுவர்களும் படுக்கை மேஜை நாற்காலி இன்னபிற. ஜன்னலைத் திறந்தால் வெளிக்காட்சிகள் தெரியும். நிலவைக் காண வேண்டும். பிரபஞ்சம் முழுவதும் பரவிக் கிடக்கும் பால்நிலவொளியைக் காண வேண்டும். இன்று சுக்ல பட்சமா, க்ருஷ்ண பட்சமா என்று யாரிடம் கேட்க? காத்தாவுக்கு இதெல்லாம் தெரியாது. க்ருஷ்ண பட்சம், சுக்ல பட்சம் குறித்து விபரமாகச் சொல்லிக் கொடுத்தால் அவள் புரிந்து கொள்வாள். அதற்கெல்லாம் அவளுக்குப் பொறுமை உண்டா என்று தெரியவில்லை. வள்ளிக்கு இதிலொன்றும் அக்கறையில்லை. தெரிஞ்சு இப்ப என்ன ஆகப்போவுது என்று கிண்டலாகச் சொன்னாலும் சொல்வாள்.

காஞ்சனாவுக்கு நிலா காணப்பிடிக்கும். அவளே ஒரு நிலவு போன்றவள். அவள் எனக்கான நிலவு. அல்லிப் பூக்கள் மலர்ந்த, நிலவொளி விழுந்து கிடக்கும் ஒரு சிறு குளத்தில் மூழ்கியெழுந்து அவள் வருவாள். அவள் வரும்போது மரங்கள் வாசனையுள்ள மலர்களைச் சொரியும். ஒரு சிறு பல்பு மட்டும் எரியும் இந்த அறைக்குள் அவள் நுழையும் போது ஒரே ஒளிவெள்ளமாக இருக்கும். ஆனால் வரமாட்டாள் என்று தெரியும்தான். வரமுடியாத

இடத்துக்குப் போய் விட்டாள் என்று தெரியும்தான். ஆனாலும் வருவாள் என்று எண்ணுவது மனதுக்கு இதமாக இருக்கிறது.

அவர் மெதுவாக எழுந்து ஜன்னல் கதவைத் திறக்க முயற்சித்தார். ஆனால் திறக்க முடியாதபடி இறுக்கமாக இருக்கிறது. அவருக்கு நகங்கள் வலித்தன. அவர் அந்த முயற்சியை கைவிட்டுவிட்டு மறுபடியும் நாற்காலிமேல் அமர்ந்து கொண்டார்.

முன்னர் அந்த ஜன்னல் திறந்தேதான் கிடந்தது. ஒரு அதிகாலை நேரம் அவர் கண்விழித்துப் படுத்துக் கிடந்த போது சற்றுத் தள்ளி இருக்கும் ஒரு வீட்டின் மாடியில் பெரிய பொம்மை ஒன்று குதித்துக் கொண்டிருப்பது கண்டார். அவர் ஆச்சரியமாகப் பார்த்தார். இவ்வளவு பெரிய பொம்மையா? கரும்பச்சை போல் ஒரு வண்ணத் தில் உடை உடுத்திக்கொண்டு குதித்துக் கொண்டிருந்தது. அவர் உற்று உற்றுப் பார்த்தார். இவ்வளவு பெரிய பொம்மைக்குச் சாவி கொடுப்பார்களா? இல்லை பாட்டரி போட்டிருப்பார்களா? பாட்டரி என்றால் எத்தனை வேண்டியிருக்கும்? இல்லை ரிமோட் கண்ட் ரோலா என்றெல்லாம் யோசித்துக்கொண்டு சரியாகக் காண்பதற்காகக் கண்ணாடியை எடுத்து போட்டுக் கொண்டு பார்த்தார். அப்போதுதான் காலைத் தேனீருடன் வள்ளி வந்தாள்.

அவர் ஏதோ ஆச்சரியமாகப் பார்த்துக் கொண்டிருப்பது கண்டு எட்டிப் பார்த்தாள்.

"அந்த வீட்ல ரொம்ப பணக்காரங்களா இருக்காங்க?" என்று அவர் வள்ளியிடம் கேட்டார்.

“ஆமா, வசதியானவங்கதான். ஏன் கேக்கறீங்க?” எனக் கேட்டாள் வள்ளி.

“இல்லை, இவ்வளவு பெரிய பொம்மையை வாங்கி பாட்டரி போட்டோ என்னவோ குதிக்க வைக்கணும்னா நிறையப் பணம் வேணும்லே அதான் கேட்டேன்?” என்றார்.

வள்ளி விழுந்து விழுந்து சிரிக்க ஆரம்பித்தாள். அவர் ஒன்றும் புரியாமல் பார்க்க, “அது ஒண்ணும் பொம்ம யில்லை. அந்த வீட்டுப் பொண்ணு. காலேஜில படிக்குது. காலேல எக்ஸர்சைஸ் பண்ணுது” என்று தெரிவித்தாள். அவர் அதை நம்பவில்லை.

அடுத்த நாளும் அதே நேரம் அந்தப் பொம்மை கரு நீலமோ கறுப்போ என்று அடையாளம் காணமுடியாத உடை போட்டுக்கொண்டு குதித்துக் கொண்டிருந்தது. முந்தின நாள் வள்ளி சொன்னதை அவர் மறந்து விட் டிருந்தார். அவர் மகிழ்ச்சியுடன் பார்த்துக் கொண்டிருந் தார். இரவில் ஸ்ரீராம் வந்ததும் தனக்கு அப்படிப்பட்ட ஒரு பொம்மை வேண்டும் என்று கேட்டுக் கொண்டார். அவன் சரி என்றான்.

மறுநாள் காலையில் அந்த ஜன்னல் கதவு இறுக்கமாகச் சாத்தப்பட்டு அவரது கைக்கு எட்டாத உயரத்தில் உள்ள கொக்கி மாட்டப்பட்டிருந்தது. அவர் வள்ளியைக் கூப்பிட்டு, “கதவைத் திற, எனக்குப் பொம்மை பார்க் கணும்” என்று சொன்னார்.

“அதெல்லாம் திறக்க வேண்டாம், நாளைக்கு ஏதாம் பிரச்சினையாயிடும்னு ஐயா சொன்னாரு” என்று அரைகுறையாக அவர் காதில் விழுமாறு சொல்லிவிட்டுப் போய் விட்டாள் வள்ளி.

இந்த வீட்டில் ஐயா என்பது யார்? நானா அல்லது ராமா? நான் ஒன்றும் ஜன்னல் சாத்தச் சொல்லவில்லையே என்று எண்ணிக்கொண்டிருந்த போது காத்தா வந்தாள். அதைக்குறித்து காத்தாவிடம் சொன்னபோது, “அந்த பொம்மை கீழே விழுந்து ரிப்பேர் ஆகிவிட்டது. அதனாலே அதைத் தூக்கி ஒரு ஓரமா போட்டுட்டாங்க” என்றாள் அவள், அவருக்கு ஆறுதல் சொல்லும் தொனியில்.

ஆக, இப்போது நிலவையும் காண முடியவில்லை. பகல் நேரங்களில் வாசனையற்ற வெள்ளைப் பூக்கள் நிறையப் பூத்திருக்கும் மரத்தடியில் அடிக்கடி வரும் மைனாக்களையும் காசித்தும்பைச் செடிகளின் வண்ணப் பூக்களையும் ஒன்றும் காண முடிவதில்லை. மரத்தடி நிழலில் காணப்படும் நிழல் சித்திரங்களை உற்று கவனிக்கும் பழக்கும் அவருக்கு இருந்தது. காற்று வரும் போது இலைகளின் அசைவுக்கேற்ப நிழல் சித்திரங்கள் மாறி மாறி வருவதைக் காண அவருக்குப் பிடிக்கும்.

ராம் வரும்போது ஜன்னல் கதவைத் திறக்க வேண்டும் என்று சொல்லலாம் என்று நினைத்துக் கொள்வார். ஆனால் அவன் வரும்பொழுது அவருக்கு மறந்து போய் விடும். அவனும் அந்தப் பேச்சை எடுப்பதில்லை. மேலும், அவன் நிறையப் பேசுவதுமில்லை. அவனுக்குத் தன்னிடம் பேச ஒன்றுமில்லையோ, அவனிடமுள்ள வார்த்தைகள் எல்லாம் அவன் இந்த அறைக்குள் நுழை யும்போது வெளியவே நின்று விடுமோ? சிறுவயதில், “கொஞ்சநேரம் பேசாம இருக்கியா நான் சாக்லேட் வாங்கித் தரேன். அப்பா இந்த வேலயெ முடிக்கட்டும்” என்று அவனிடம் சொல்ல வேண்டியிருந்ததை

நினைத்துக் கொள்வார். அவன் எதிரில் இருப்பதையே மறந்துவிட்டு அவர் அவன் வளர்ந்து கொண்டிருந்த காலத்துக்குள் சென்றுவிடுவார். அவனும் எழுந்து போய் விடுவான்.

முட்டிக்கால் ரொம்ப வலிக்கிறது என்றால் சும்மாவே படுத்திருந்தால் அப்படித்தான் வலிக்கும். எழுந்து நடங்க என்றும் சாப்பாட்டறைக்குச் சென்று தான் சாப்பிட வேண்டும், தினமும் கொஞ்ச நேரம் அறைக்குள்ளேயே நடக்க வேண்டும் என்றும் கட்டளையிட்டான்.

அறைக்கு வெளியே இருக்கும் பெரிய ஹாலில் போடப் பட்டிருக்கும் சோபாக்கள், நாற்காலிகள் டீபாய்கள் போன்றவற்றில் முட்டிக்கொள்ளாமல் அவர் சாப்பாட் டறைக்குச் சென்று வந்தார். ஆனால் எத்தனை கவனமாக நடந்த பின்னும் கைமுட்டி, கால்முட்டி, பெருவிரல் என்று இடிக்கத்தான் செய்தது. கால் பெருவிரல் இடித்து சீழ்பிடித்துப் புண்ணான பின் அவருக்கு மருந்து வைத்து கட்டுவதெல்லாம் காத்தாதான் செய்தாள். பின்னர் பழை யது போல் வள்ளி சாப்பாட்டை அறைக்கே எடுத்து வர ஆரம்பித்தாள்.

தனியாக அமர்ந்து சாப்பிடும்போது சாப்பிட பிடிக்க வுமில்லை. வெறும் சுவர்களைப் பார்த்துக்கொண்டு சாப்பிட அவர் விரும்புவதில்லை. மேலும் சில நாட் களாக மனத்தின் மூலையில் ஒரு கனம் இருக்கிறது. ஒரு விதமான பாரம். அது ஒரு கனவு ஏற்றி வைத்த பாரம். ஒரு கனவல்ல. ஒரு கனவும் சில நாள்களுக்குப்பின் அதன் தொடர்ச்சியாக இன்னொரு கனவும்.

முதல் கனவில் அவர் தூக்கத்தில் இருந்ததால் தூக்கத்தில் கண்ட கனவில் அதாவது கனவுக்குள் கனவில் அவரது

வாய் ஓரமாக ஒரு கசிவு இருப்பதாக அவர் உணர்ந்தார். கையால் துடைத்துவிட்டுக் கையைப் பார்த்தால் காப்பி நிறத்தில் கறை தெரிந்தது. ஜீரோ வாட்பல்பின் ஒளியில் சரியாகத் தெரியவில்லை. அவர் கையை நீட்டி கட்டில் மேல் கிடந்த ஒரு துண்டு எடுத்து துடைத்தார். காப்பி நிறம் நன்றாகத் தெரிந்தது. மறுபடியும் துடைத்துத் துடைத்துத் துண்டில் நிறையக் காப்பி நிறம் படர்ந்தது. சுவர் கண்ணாடியில் பார்க்கலாமென்று நினைத்து அவர் எழுந்து நடந்தபோது கீழே பொட்டு பொட்டாகக் காப்பி நிறத்துளிகள் விழுந்தன. அதில் பாதம் பட்டு அங்காங்கே கால்த் தடங்களும் பதிந்தன. கழுவலாம் என்று நினைத் தால் பாத்ரூம் வாசல் எங்கே என்று கண்டுபிடிக்க முடிய வில்லை. நான்கு சுவர்களிலும் தடவிப் பார்த்துச் சோர்ந்து போனபோது விழிப்பு வந்துவிட்டது. அவர் ராம் ராம் என்று கத்த வேண்டும் என்று நினைத்தார். ஆனால் தொண்டை அடைத்துக்கொண்டது போல் தோன்ற அந்தக் கனவை நினைத்துக் கொண்டே வெகுநேரம் கண் விழித்துக் கிடந்தார்.

யாரிடமும் சொல்ல வேண்டும் என்று அவருக்குத் தோன்றவில்லை. ஸ்ரீராமுக்குக் கேட்க நேரமில்லை. காத்தாவுக்குச் சரியாகப் புரியாது. வள்ளி கிண்டலடித்துச் சிரிப்பாள்.

ஒருவாரம் கழித்து முதல் கனவின் தொடர்ச்சியாக இன்னொரு கனவுக்குள் கனவு வந்தது. அந்தக் கனவில் கையில் காப்பி நிறத் திட்டுக்கள் உள்ள துண்டுடன் ஏராளமான ஏணிகள் இருந்த ஓர் அறையில் அவர் நின் றிருந்தார். ஏதாவது ஒரு ஏணியின் மேல் ஏறிச் சென் றால்தான் வெளியே போக முடியும். அவர் ஒரு ஏணிமீது

கால்கள் வைத்து ஏறினார். அவர் படிகளில் ஏற ஏற ஏணி கீழே கீழே போயிற்று. அவர் கீழே இறங்கி வந்து மற்றொரு ஏணியில் ஏறினார். அதுவும் அப்படியே, தரையில் பார்த்தால் ஏணி கீழே போவதற்கான எந்தக் காரணமும் காணப்படவில்லை. அவர் அலுப்பும் சோர்வுமாக ஏணியின் கீழ்ப் படிக்கட்டில் உட்கார்ந்தார்.

மீண்டும் மீண்டும் ட்ரை பண்ணுங்கள், உங்களுக்கு இன்னும் சில வாய்ப்புகளே உள்ளன என்பதோர் வாசகம் அவர் காதருகே மிக மெல்லிய குரலில் ஒலித்தது. அவர் திடுக்கிட்டு கனவுக்குள் கனவிலிருந்தும், கனவிலிருந்தும் விடுபட்டு விழித்துக் கிடந்தார். சரியாகக் கேட்காததால் வார்த்தைகள் அவை தானா வேறையா என்று சிந்தித்துக் குழம்பினார். அடுத்து வந்த நாள்களில் கனவுக்குள் கனவில் வந்து ஒலித்த குரல் சத்தமாகக் கேட்க வேண்டும் என்பதற்காகக் காத்துக் கிடந்தார். ஆனால் கனவு வரவில்லை. அவர் குழப்பமும் தீரவில்லை.

யாரிடமாவது பகிர்ந்து கொண்டால் சற்றே பாரம் குறையும் என்று நினைத்தார். எப்போதாவது வரும் நண்பர் ஷண்முகம் வந்தால் அவரிடம் சொல்லலாம் என்று நினைத்திருந்தார். ஆனால் அதுவும் சாத்தியப் படவில்லை. அந்தக் கனவின் தாக்கம் இருந்த நாள்களில் எல்லாம் சண்முகம் வரவேயில்லை. சண்முகம் வரும் போதெல்லாம் அவரே பேசிக் கொண்டிருப்பார். அவருக்குப் பேசுவதற்கு நிறைய விஷயங்கள் இருந்தன.

"உனக்காவது தனி ரூம் இருக்கே மணியம். எனக்கு ஹாலிலேயே ஒரு ஓரம் தான். ஹாலில் நிறைய ஜாமான் கிடக்கும். பேரன் பேத்தி படிக்கறதும் அங்கே தான். டிவியும் அங்க தான். குழந்தைங்க அதுங்க இஷ்டத்துக்கு

பி. உஷாதேவி ❈ 19

டிவி பாக்கணும்னு சண்டை போடும். மருமகளுக்கு சீரியல் பாக்கணும். அவங்க இஷ்டப்படி வக்கறதெ நாம் வேணும்னா பாத்துக்கிட்டிருக்கணும். ப்ரைவசிங்கறது சுத்தமா இல்ல. ஹால்ல ஒரு ஓரமா, ஸ்க்ரீன் போட்டு மறச்சிருக்கேன். அங்க தான் ட்ரெஸ் மாத்தணும். அந்த வீட்ல ஒரு ஹால், ஒரு ரூம், ஒரு கிச்சன், பாத்ரூம் இவ்வளவு தான்" என்பார்.

இந்த வீட்டில் நிறைய அறைகள். தனக்கு, ராமுவுக்கு, காத்தாவுக்கு, வள்ளிக்கு என்று நிறைய அறைகள். ராமும் காத்தாவும் சில நாள்களில் ஒரே அறையிலும் சில நாள்களில் தனித்தனி அறைகளிலும் ஏ.சி போட்டுக்கொண்டு கதவைச் சாத்திக்கொண்டு இருப்பார்கள்.

ஒருவரை ஒருவர் பார்த்துக் கொள்ள முடியாதபடி சுவர்கள். எங்கும் சுவர்கள் நிறைந்த வீடு இது. சண்முகம் ஒரே ஹாலில் மகன், மருமகள், பேரக்குழந்தைகள் எல் லாரையும் பார்த்துக்கொண்டிருக்கிறார். நான் ஒவ்வொரு அறை வாசலிலும் போய்த் தட்டலாமா வேண்டாமா என்று யோசனை செய்துவிட்டு, பின்னர் திரும்பி வந்து விடுகிறேன். வெளியூரில் படிக்கும் பேரன் எப்போதாவது வந்தால் ஹாய் என்பதோடு சரி.

அவர் சண்முகத்திடம் எதுவும் சொல்வதில்லை. ஷண்முகம் சொல்வதைக் கேட்டுக் கொண்டிருந்துவிட்டு ஆறுதலாக ஏதாவது சொல்வார்.

"டெல்லிலேருந்து மக எப்பவாவது போன் பண்ணி விசாரிப்பாள். நான் என்ன பேசறேன்னு தெரியறதுக்காக மருமக பக்கத்திலேயே நிப்பா. சவுக்கியமாப்பான்னு கேப்பா. ஆமம்மா சவுக்கியம் தான்னு சொல்லணும்.

வேறொண்ணும் சொல்லக் கூடாது. ஒருநாள் பேச்சு வாக்கில் கால்பாதத்தில் வீக்கமிருக்கு வலிக்குதுன்னு சொல்லிவிட்டேன். அவ்வளவு தான் போன் வச்சப்பறம் கால்வலியின்னு ஏன் அவகிட்டை சொன்னீங்க, அவ வந்து மருந்து தேய்ச்சுவிடப் போறாளா அப்படீன்னெல்லாம் மருமக ஒரே ரகளை. மகன் பேசாம இருந்துருவான்" என்றார் ஒருநாள்.

சொல்வதற்கும் கேட்பதற்கும் ராமன்றி வேறு யாரு மில்லாமலிருக்கிறது இங்கே. ராம் சீக்கிரமே பொறுமை யிழந்து விடுகிறான். "வயசானால் இப்படித்தான் இருக்கும், எல்லாம் உங்களுக்குத் தோணறது, எல்லாம் சரியாயிரும்" போன்ற சிறு சிறு வாக்கியங்களில் நிறுத்தி விடுகிறான். காத்தா வடஇந்தியாவில் பிறந்தவள். இந்த ஊர் மருமகளாக இருந்தால் அவளது உறவுகள், நண்பர்கள் என்று அடிக்கடி யாராவது வந்து போவார்களாக இருக்கும். இப்பொழுதெல்லாம் வள்ளியைத் தேடித்தான் யாராவது வருகிறார்கள். விருந்தினர்கள் வருகை குறித்து ராமுக்கும் அக்கறையில்லை என்றே தோன்றுகிறது. பல ஊர்களில் வளர்ந்து, படித்து வளர்ந்த காரணத்தாலோ என்னவோ உறவுகள் பற்றி அவனுக்குப் பிடிப்புமில்லை போலத்தான் தெரிகிறது. அவ்வப்போது யாராவது தன்னைப் பார்க்க வர வேண்டும். பல இடங்களிலாகப் பரவிக் கிடக்கும் சொந்தக்காரர்கள் பற்றி தெரிந்து கொள்ள வேண்டும் என்றெல்லாம் அவருக்குத் தோன்றும். ராமிடம் சொன்னால், "தெரிஞ்சுக்கிட்டு இப்ப என்ன பண்ணப் போறோம்?" என்பான்.

எனக்கு மாடிப்படிகளில் ஏறிச் செல்ல முடியவில்லை என்றார் ஒருநாள். ஏன் மாடிக்குப் போகணும் என்று

எரிச்சலுடன் கேட்டான். பின், மாடிக்கெல்லாம் ஏறாதீங்க விழுந்து வெச்சா பெருங்கஷ்டம் என்றும் கட்டளைப்போல் சொல்லிவிட்டான்.

மாடிக்குத்தானே போணும்? வாங்க, நான் கையைப் பிடிச்சுக்கூட்டிட்டுப் போறேன் என்றொரு வாசகத்துக்காக அவர் அவனைப் பார்த்துக் கொண்டேயிருந்தார். அது அவன் மனதுக்குள் சென்று சேர்ந்ததோ என்னவோ, "சரி, நான் ஒருநாள் கூட்டிப்போறேன்" என்றான்.

மாடியறையில் ஒரு பெரிய ஜன்னல் இருக்கிறது. அதை அகலமாகத் திறந்து வைத்து வெளியே பார்த்தால் தூரத்தில் வீடுகளின் இடைவெளி வழியே ஒரு பெரிய மரம் முழுதாகத் தெரியும். அதில் இலைகளைக் காண முடியாதபடி இளஞ்சிவப்பு மலர்கள் மலர்ந்திருக்கும். இப்பொழுது எப்படி என்று தெரியவில்லை. முன்னொரு நாள் காஞ்சனா அதைப் பார்த்துக் கொண்டே இருந்தாள். அவரும் பார்த்தார். "அந்தப் பெரிய மரத்தின் தாழ்வான கிளையில் ஒரு ஊஞ்சல் தொங்குகிறது. யாருமற்ற அந்த ஊஞ்சல் காற்றில் மெலிதாக ஆடுகிறது. மரத்தின் கீழ் இலைகளும் பூக்களும் கிடக்கின்றன. பக்கத்து நீரோடையில் இலைகளும் பூக்களும் மிதந்து செல்கிறது. நீரோடையில் மறுபக்கம் பரந்த புல்வெளி சிறு சிறு பூச்செடிகள். நிலத்தில் தத்தி நடக்கும் பறவைகள் என்றாள்" அவள்.

"யாருமற்ற ஊஞ்சலில் இப்போது ஒரு பெண் அமர்ந்து ஆடுகிறாள். அந்தப் பெண்ணின் ஆரஞ்சு வண்ணச் சேலை யின் தலைப்பும் சுருள் முடிகளும் காற்றில் பறக்கின்றன. ஆரஞ்சு வண்ணச் சேலையின் கீழ் வெள்ளையான பாதங்கள் தெரிகின்றன" என்றார் அவர்.

கோபத்தில் மூக்கு நுனி சிவக்க, "யாரவள்" எனக் காஞ்சனா கேட்டபோது "உன் சேலையைப் பார்" எனப் பதிலளித்தார். இருவருமாகச் சிரித்து மகிழ்ந்த காலமது. பல வருடங்களுக்கு முன்பு நடந்தது. சில சித்திரங்கள் நினைவில் இருக்கின்றன. சில மறந்தே போய் விடுகின்றன. இதுபோன்ற கற்பனைச் சித்திரங்கள் வழியாக பூமரமும் ஆடாத ஊஞ்சலும் காண வேண்டும் என்றெல்லாம் யாரிடம் சொல்ல முடியும். அவர் சற்று நேரம் அந்த நினைவுகளிலேயே இருந்தார்.

வெளியே ஸ்கூட்டர் கிளம்பிப்போகிற சத்தம் கேட்டது. காத்தா எங்காவது போகிறாளாயிருக்கும். தொலைக்காட்சி நிகழ்ச்சிகளின் சத்தம் கேட்கிறது. வள்ளியின் அறையில் இருந்து தான்போல. இந்த அறைக்கு வெளியே சென்றால் ஹாலில் வைக்கப்பட்டுள்ள டி.வி. காணலாம். ஸ்ரீராம் இந்த அறையிலும் ஒரு புது டி.வி. வாங்கி வைக்கிறேன் என்று சொல்லியுள்ளான். முன்பு இருந்தது கெட்டுப் போய்விட்டது.

அவர் டேப் எடுத்து யூடிபில் ஒரு பாட்டு வைத்தார். அப்போதுதான் கறுப்புப் பூனை வந்தது. அறைக்குள் மெதுவாக எட்டிப் பார்த்துவிட்டு சர்வ சாதாரணமாக நுழைந்துவிட்டது. எலி இருப்பதற்கான வாய்ப்பு குறைவு என்பதாலோ என்னவோ ஒரு தரம் கட்டிலுக்கடியில் எல்லாம் பார்த்துவிட்டு அவரையே உற்றுநோக்கி அங்கே கட்டிலருகே உட்கார்ந்து கொண்டது.

அவருக்கு வெள்ளைப் பூனைதான் பிடிக்கும். கறுப்புப் பூனை அவருக்கு பயம். பயம் என்றால் ரொம்ப பயமில்லை. கறுப்புப் பூனை அறைக்குள் வருவது சரியல்ல என்றொரு எண்ணம் சட்டென்று அவருக்குத் தோன்றியது. கறுப்புப் பூனையில்லை. கறுப்பு நாய்தான்

வீட்டுக்குள் நுழையக் கூடாது. வள்ளி ஒரு தரம் அப்படித் தான் சொன்னாள்.

பூனை ஒரு சிறு பிராணியைப் பார்த்துவிட்டது. விளக்குப்பூச்சி போல் ஏதோ ஒன்று. பூனை எகிறி எகிறி குதித்தது. அவர் பார்த்துக்கொண்டே இருந்தார். அது பிராணிதானா என்று அவருக்கு அடையாளம் கண்டு கொள்ள முடியவில்லை. எழுந்து இரண்டு எட்டு வைத்தால் கண்ணாடி எடுக்கலாம். அவருக்குச் சோம்பலாக இருந்தது. அவர் கண்களைச் சுருக்கிப் பார்த்தார். இப்போது அது ஒரு நீர்குமிழிபோல் காணப்பட்டது. விளக்கின் ஒளியில் அதில் வண்ணங்கள் இருப்பது போலவும் கண்டார். பார்த்துக் கொண்டிருக்கையிலேயே மேலும் சில நீர்க் குமிழிகள் மிதந்து வந்தன. கறுப்புப் பூனை கைகளால் ஒவ்வொன்றையும் பிடிக்க முயற்சித்தது. பார்க்கும்போது கறுப்புப் பூனை ஏதோ ஒருவித பந்து விளையாட்டில் ஈடுபட்டதுபோல் அவருக்குத் தோன்றியது. அறையில் அங்காங்கே மிதக்கும் நீர்க் குமிழிகளைக் கையால் தட்டி விட அவருக்கும் ஆசை வந்தது. யார் இந்த நீர்க்குமிழிகளை உள்ளே விட்டது. யார் ஊதுகுழல் வைத்து இப்படி விளையாடுகிறார்கள். அவருக்கு வேடிக்கையாக இருந்தது.

பூனை சிறுபிராணியைப் பிடித்துத் தின்றுவிட்டது. மேலும் சுவாரசியமாக ஒன்றுமில்லை என்பதுபோல அது மெதுவாக வெளியே போயிற்று. இடம் வலமாகத் திரும்பி நீர்குமிழிகள் தேடிக்கொண்டிருந்த அவர் பூனை போனதை அறியவில்லை. அவர் மிகப் பிரயாசைப்பட்டு கைநீட்டி மூக்குக் கண்ணாடியை எடுத்து மாட்டிக் கொண்டு பார்த்தார். இப்போது அறை வெறுமையாக இருக்கிறது. நீர்க்குமிழிகளையும் காணவில்லை. பூனை

யையும் காணவில்லை. பூனையின் நான்கு கால்களிலும் சிறுசிறு மணிகள் உள்ள கொலுசு அணிவித்தால் அது வருவதும் போவதும் தெரிந்து கொள்ள முடியும் என்று நினைத்து, கொலுசணிந்த பூனையை மனதில் கண்டார். அவருக்குச் சிரிப்பு வந்தது. கொலுசுச் சத்தம் கேட்டு எலிகள் ஒளிந்து கொள்வதையும் கண்டார். அவருக்கு மேலும் சிரிப்பு வந்தது.

"எனக்குப் பூனை பிடிக்கும் மணியம். ஆனா வீட்ல குழந்தைங்க இருக்கு. பூனை வேண்டாம்னு மகன் சொல்லி விட்டான்" என்றார் ஒரு நாள் சண்முகம். "சும்மாதானே இருக்கீங்க, போய்க் குழந்தையை ஸ்கூல்லேந்து அழச்சிட்டு வாங்க, பால் வாங்கிட்டு வாங்க, ரேஷன் கடைக்குப் போயிட்டு வாங்க, காய்கறி வாங்கிட்டு வாங்க, அப்படீன்னு ஒரே ஆடர்தான். இதெல்லாம் செய்யலாம் தான். நம்ம வீட்டுக்குத்தானே செய்யறோம். ஆனா இதில பிரச்சனை என்னன்னா இப்பல்லாம் ரோடு க்ராஸ் பண்றதே ரொம்ப கஷ்டமாயிருக்கு. நடைபாதையிலே நடக்கவும் கஷ்டமாத்தான் இருக்கு. வயசானவங்களெ யாரும் மதிக்கறதேயில்லை. சின்னப் பசங்க, பொண்ணுங்க எல்லாம் செல்போனில் பாத்துக்கிட்டோ பேசிக்கிட்டோ நடந்து நம்ம மேல இடிச்சுக்கிட்டு போயிடறங்க" என்றும் இன்னும் நிறையவும் சொன்னார் சண்முகம்.

சாலையில் வேகமாக அங்குமிங்கும் ஓடிக்கொண்டிருக்கும் வாகனங்கள், பல வேலைகளுக்காக விரைந்து கொண்டிருக்கும் மக்கள் கூட்டம் எல்லாம் காண்பது மாதத்தில் ஒரு தினம் மருத்துவனைக்குப் போகும் போதுதான். அப்போது காரின் ஜன்னல் திறந்து

பி. உஷாதேவி ※ 25

வைத்துக்கொண்டு காற்று முகத்தில்படும்படி பயணம் செய்ய வேண்டுமென்ற விருப்பத்தை அவர் மகனிடம் சொல்வார். ஆனால் அது சரியாகாது. வண்டிக்குள் தூசு படியும் என்றெல்லாம் சொல்லிவிட்டு ஏ.சி. போட்டு விடுவான் அவன்.

நடைபாதை கடைகள், பெரிய கடைகளில் வைக்கப் பட்டிருக்கும் பொம்மைகளின் உடைகள், சத்தங்கள், விரைந்து மறையும் காட்சிகள் எல்லாம் புதிதாய்ப் பார்ப்பதுபோல் பார்த்துக்கொண்டிருப்பார் அவர். அப்படியே வெகு தூரம் பயணம் செய்ய வேண்டும் என்று அவருக்கு ஆசைதான். ஆனால் பக்கத்தில் இருக்கும் மருத்துவமனைக்குச் செல்வது மட்டுமேதான் பயணமாக இருக்கிறது.

சண்முகத்திடம் அவர் எதுவும் சொல்வதில்லை. அவருடைய கவலைகளே ஏராளமாக இருக்கின்றன. கேட்பதற்கு யாருமில்லாததால் அவர் இங்கே வந்து சொல்லிக் கொண்டிருக்கிறார் என்று தெரியும். சும்மா கேட்டுக்கொண்டிருக்க வேண்டியதுதான் என்று அவருக்குத் தோன்றும். கிளம்பும்போது சண்முகம், "உனக்கு இப்படி வீட்டுக்குள்ளே அடஞ்சு கெடக்கறது கஷ்டமாகத்தான் இருக்கும். பி.பி. ஒரு லெவல்ல நிக்கல்லன்னா ரொம்ப கஷ்டம்தான். எப்ப தலையைச் சுற்றி கீழ விழப் போறோம்னு தெரியாதே" என்று சொல்லிவிட்டுப் போவது வழக்கம்.

ஒருநாள் தொண்டை கட்டின மாதிரி இருக்கிறது என்று ராமிடம் சொன்னபோது அவன் சொன்னான். "சண்முகம் அங்கிள் வரப்ப நீங்க நிறையப் நேரம் பேசறீங்க அதான்."

"நான் ஜாஸ்தி பேசறதில்லை. அவன்தான் பேசுவான்"

என்று அவர் சொன்னதை அவன் காதிலேயே வாங்கிக் கொள்ளவில்லை.

அறைக்குள் அங்கிங்காகப் பம்பரக் கயிறு போன்ற கெட்டியான நூல்கள் காற்றில் அசைந்து கொண்டிருந்தன. விட்டத்தில் ஜன்னல் கம்பிகளில் சுவர் ஆணிகளில் எல்லாம் அவைகள் கட்டப்பட்டுள்ளன போலும்.

“சிலநாள் கடைக்கோ வேறெதுக்குமோ, வெளியே போயிட்டு வரப்போது நம்ம சேஷன் வீட்டு வாசல்லெ நின்னா பாத்துப் பேசுவேன். சேஷனுக்கு ரண்டு ஸன்ஸ். ரண்டும் வெளியூர்லே குடும்பமா இருக்காங்க. அவங்க இவங்களை அடிக்கடி வீட்டுக்கு வந்து கொஞ்ச நாள் தங்கணும்னு கேட்டுப்பாங்களாம். எப்பவாம் வருவோம். ஆனா தங்கல்லாம் மாட்டோன்னு சொல்லிட்டாங்களாம் இவங்க. சேஷன் சொல்றான், தூரத்தில் இருந்தாத்தான் மதிப்பு அருமைன்னு. சேஷனோட வைஃப் என்ன சொன்னா தெரியுமா, நாங்க பெரியவன்ட்டெயோ சின்னவன்ட்டையோ ஒண்ணும் போய் தங்க மாட்டோம். நாங்க இங்கதான் இருப்போம்னு. ஷண்முகம் மேலும் சொல்லிக் கொண்டே இருந்தார்.

நாங்க ரண்டு பேருமா சேர்ந்து இருக்கறதனாலே இப்படிச் சொல்றது எளிதா இருக்கு என்பதை மணியம் சொல்லாமல் விட்டுவிட்டு அதைக் குறித்தே சிந்தித்துக் கொண்டிருந்தார். ‘நாங்கள்’ ஆக இருக்கும் வரையில் தைரியமாகச் சொல்லலாம்தான். அந்த இரண்டு பேரில் ஓராள் மட்டுமாகும் போது இப்படி சொல்ல முடியுமா? அது அவரவர் சூழ்நிலையைப் பொறுத்து என்றெல்லாம் எண்ணிக்கொண்டிருந்தார் அவர்.

எதற்கு இப்போது கண்ணாடி என்று முணுமுணுத்துக் கொண்டு மூக்குக் கண்ணாடியைக் கழற்றி வைத்தார். பத்திரிகைகள், மாத இதழ்கள் எல்லாம் படித்துக் கொண்டிருந்த ஒரு நாளில் கழுத்து வலிக்கிறது என்று அவர் வள்ளியிடம் சொல்லி தைலம் எடுத்து வரச் சொன்னார். அடுத்த நாள் ஸ்ரீராம் வந்து பத்திரிகை தவிர எதுவும் ஜாஸ்தி படிக்காதீங்க, அதான் கழுத்து வலிக்குது என்றான். பின்னர் மாத இதழ்கள் எதுவும் வாங்கப் படவில்லை.

அறையெங்கும் பம்பரக் கயிறுகள் குறுக்கேயும் நேராகவும் பின்னிக் கிடந்தன.

அறைக்குள்ளிருந்த மரபீரோவில் படித்துவிட்டு வைத்த புத்தகங்கள் திரும்பவும் எடுத்து சும்மா ஒரு சில பக்கங்களைப் புரட்டுவதை வழக்கமாகக் கொண்டார் அவர்.

ஒருநாள் ஆரம்பித்த தும்மல் தொடர்ந்துகொண்டே போக, வள்ளி ஏதோ மருந்து தந்தாள். இருந்தாலும் ஒரு மதிய தூக்கத்திற்குப்பின் விழித்தபோது புத்தகப் பீரோவைச் சுவரோரமாகக் காணவில்லை. வெளியே வந்து பார்த்தபோது முன்னறையில் சோபாவுக்குப் பின்னாலிருந்த கொஞ்ச இடத்தில் அது இருந்தது. புத்தகம் எடுப்பது கஷ்டமாகிவிட்டது.

"அந்த ஷெல்ஃப் பூரா ஒரே தூசி. வள்ளி ஒழுங்கா தூசு தட்ட மாட்டா. அதான் வெளியே எடுத்து வச்சேன்" என்றான் ராம். அது சரிதான் என்றெண்ணியவாறே அவர் பார்த்தார். தாறுமாறாக அடுக்கப்பட்டிருந்தது. முடியும்போது ஒவ்வொன்றாக எடுத்து வந்து புரட்டுவது

வழக்கமாயிற்று. அதைத் திருப்பிக் கொண்டுவைக்க மெனக்கெடாமல் இருப்பதால் இப்போது மேஜையின் ஒரு பக்கம் புத்தகங்களாக இருக்கின்றன. ஷெல்ஃப் புத்தகங்கள் கையை நீட்டி என்னை எடு எடு என்று சொல்வதாக அவர் உணரும்போது சிரமம் பார்க்காமல் எடுத்து வருவார். வள்ளி முணுமுணுத்துக் கொண்டிருப்பாள்.

அவர் மறுபடியும் கண்ணாடியை எடுத்து மாட்டிக் கொண்டு, கைக்கெட்டின தூரத்திலிருந்த ஒரு புத்தகத்தை எடுத்துச் சும்மா ஒரு பக்கத்தைப் பிரித்துப் படிக்க ஆரம்பித்தார். அதில் ஒரு முதியவர் காட்டுக்குள்ளே நடந்து போய்க்கொண்டிருந்தார். அவரும் கூட நடக்க ஆரம்பித்தார். பெரிய மரங்கள் வளர்ந்திருந்த காடு அது. இருள் படர்ந்து கிடந்தது. மண்ணுடன் இலைகள் கலந்து கிடந்தன. வழியில் பல வண்ண மலர்களையும் பல வண்ணப் பறவைகளையும் கண்டார். அவைகளின் பெயர்கள் ஒன்றும் அவருக்குத் தெரியவில்லை. பறவைகளின் குரல்கள் காட்டின் சங்கீதத்தின் ஒரு பகுதி என்று அவருக்குத் தோன்றியது. சலசலத்து ஓடும் நீரோடை அதில் மிதந்துபோகும் பூக்கள், இலைகள் எல்லாம் கண்டார். கண்ணாடிப்போல் தெளிந்த நீரை இரு கைகளாலும் அள்ளிக் குடித்தார். பல வண்ணங்களிலும் உருவங்களிலும் காணப்பட்ட காய்கள், பழங்கள் கண்டார். கைக்கெட்டும் தூரத்தில் இருந்தவைகளை ஒன்றிரண்டு பறித்தார். பெயர் தெரியாத அவைகளை என்ன செய்வது என்று தெரியாததால் கையிலேயே வைத்துக்கொண்டிருந்தார். மேற்கொண்டு ஒன்றும் பறிக்க முயலவில்லை.

பி. உஷாதேவி

நீளமான உடுப்புப் போட்டு தாடி வைத்த பெரியவர் நடந்து கொண்டே பல விஷயங்கள் சொல்லிக் கொண்டே வந்தார். அவர் சொல்வதை ஆமோதிக்கும் வகையில் இவர் தலையசைத்துக் கொண்டும் பதில் சொல்லிக்கொண்டும் பின் தொடர்ந்தார்.

ஒரு கட்டத்தில் முதியவர் பேச்சை நிறுத்திவிட்டு மலைச்சரிவில் இறங்கி நடக்க ஆரம்பித்தார். இவர் நின்றுவிட்டார். இவருக்கு இறங்க பயமாக இருந்தது. அந்த நேரத்தில் ஏராளமான வண்ணத்துப்பூச்சிகள் அவரை வட்டமிட்டுப் பறந்தன. அவர் அவைகளிடம் பேசினார். அவர் பேசியதற்கு நன்றி தெரிவிக்கும் வகையிலோ என்னவோ ஓரிரண்டு வண்ணத்துப் பூச்சிகள் அவரது கைகளிலும் தோளிலுமாக அமர்ந்துவிட்டுப் பறந்து போயின. அவர் மகிழ்ந்தார்.

குருவிகள் போன்ற சிறு பறவைகள் அவரது கால்கள் அருகே தத்தித்தத்தி வந்து நின்றன. அவைகளிடமும் அவர் பேசினார். அவைகள் தலையை அசைத்ததும் மெலிதாகக் குரல் கொடுத்ததும் அவைகள் பதில் சொல்வதாக எடுத்துக் கொண்டார். மேலும் மேலும் பேசினார். அவர் அந்தப் புத்தகத்தின் பக்கங்களுடன் கலந்துவிட்டார். அந்த அறையில் அவரது மெல்லிய குரலில் இருந்த பேச்சு கேட்டுக்கொண்டிருந்தது.

இரவுக்கான உணவுத்தட்டுடன் வந்த வள்ளி அவரைக் காட்டிலிருந்து வெளியே இழுத்துக்கொண்டு வந்து விட்டாள். அவர் திடுக்கிட்டு சற்று நேரம் அப்படியே இருந்தார். பின்னர் புத்தகத்தை மேஜை மீது வைத்துவிட்டுச் சாப்பிட ஆரம்பித்தார். காடு மெல்ல மெல்ல மறைந்து போயிற்று.

வெளியே கேட் திறப்பது, ஸ்கூட்டர் நுழைவது, கேட் அடைப்பது போன்ற சத்தங்கள் கேட்டன. காத்தா வந்துவிட்டாள் போலும். ஸ்ரீராம் அலுவலக விஷயமாக வெளியூர் சென்றுள்ளான்.

சாப்பிட்டு முடிந்து கை கழுவிவிட்டு மெதுவாக நடந்து அறைவாசல் வரை வந்துவிட்டார். இன்று பொம்மைகள் வாங்கி வருவதாகக் காத்தா சொல்லியிருந்தாள். பெரிய கரடி, நாய் பொம்மைகள் வேண்டும் என்று ஸ்ரீராமிடம் சொல்லியிருந்தார். அவன் காத்தாவிடம் சொல்லி யுள்ளான்.

சற்று நேரம் வாசலருகே நின்றுவிட்டு அவர் மறு படியும் கட்டிலருகே வந்ததும் சாப்பிட்ட தட்டை எடுத்துச் செல்ல வள்ளியும் பொம்மைகளுடன் காத்தாவும் உள்ளே வந்தனர். அவர் கட்டில் மேல் அமர்ந்துகொண்டு பார்த்தார்.

பெரிய மஞ்சள் கரடி, தவிட்டு நிற நாய், புள்ளிப் புலி, கறுப்பாகக் குரங்கு எல்லாம் இருந்தது. காத்தா பொம்மைகளை ஜன்னல் படி மேலும் மேஜை மீதும் பரப்பி வைத்தாள். அவர் மிகவும் மகிழ்ந்து போய்ச் சிரித் தார். காத்தாவும் வள்ளியும் கூட சிரித்தார்கள். வள்ளியின் சிரிப்பில் கிண்டல் இருந்ததோ என அவர் சந்தேகப் பட்டார். அவர் அதைப் பெரிதுபடுத்தாமல், நன்றி சொல்லும்விதமாக காத்தாவின் கையைப் பிடித்துக் குலுக்கினார்.

சரி நேரமாகிறது, தூங்குங்கள் என்று சொல்லி இரவு சாப்பிட வேண்டிய மாத்திரையும் தண்ணீரும் தந்துவிட்டு அவர் சாப்பிட்ட தட்டை எடுத்துக்கொண்டு கதவைச்

சாத்தி விட்டு, அவர்கள் இருவரும் வெளியேறினர். அவர்கள் ஏதோ பேசிக்கொண்டு சென்றது தன்னைக் குறித்துத்தானாயிருக்கும் என்று நினைத்தாலும் அவருக்கு இப்போது ஒன்றும் ஒரு பொருட்டாகத் தோன்றவில்லை.

நாற்காலி மேலும் மேஜை மேலும் ஜன்னல் படி மேலும் வைக்கப்பட்டிருந்த பொம்மைகளை அருகில் சென்று பார்த்தார், தொட்டார். ஒவ்வொரு பொம்மை யாகக் கையிலெடுத்துப் பார்த்தார். நாற்காலிமேல் ஒரு பொம்மையும், கட்டில் மேல் ஒரு பொம்மையும் வைத்தார். ஏதோ விருந்தினர்கள் வந்துள்ளனர் என்று பாவித்து அவைகளிடம் அவர் நலம் விசாரித்தார். மெது வான குரலில் ஊர் சேதிகள் என்ன என்று கேட்டார்.

மகனை, பேரனை எல்லாம் தொட்டுப் பேச வேண்டும் என்று அவருக்கு அடிக்கடி தோன்றும். இப்போது அவர் பெரிய பொம்மைகளை ஒவ்வொன்றாக எடுத்து உடம்போடு சேர்த்து அணைத்துக் கொண்டார். வருடிக் கொடுத்தார். அவருக்குத் தும்மல் வந்தது. பொம்மைகள் எல்லாம் ஃபர் துணியால் செய்யப்பட்டவையாக இருந் தன. அதிகம் சத்தமெழாதபடி தும்மினார். தும்மலை அடக்கப் பார்த்தார். முடியாமல் தும்மினார். அவர் சற்றே பயந்து யாராவது வாசலில் தட்டுவார்களோ என்று சற்று நேரம் நின்றார்.

விட்டத்திலிருந்தும் ஜன்னல் கம்பிகளிலிருந்தும் சுவ ராணிகளிலிருந்தும் தொங்கிக் கொண்டிருந்த பம்பரக் கயிறு போன்ற நூல்களைக் கையால் தட்டிவிட்டார். அவை அசைந்தாடின.

பொம்மைகளிடையே இருந்து ஒரு குரங்குப் பொம்மை எடுத்தார். அதைக் கையில் பிடித்துக்கொண்டு

ஆடுறா ராமா பாடுறா ராமா என்று மெதுவாகச் சொல்லி இடம்வலமாக ஆட்டினார். தலைகீழாகப் பிடித்தார். அவர் குதூகலத்துடன் சிரித்தார். மறுபடியும் எல்லாப் பொம்மைகளையும் எடுத்து நாற்காலி மேலும் ஜன்னல் படி மேலும் மேஜை மேலும் வைத்தார். டாபில் பாட்டை அணைத்தார். மூக்குக் கண்ணாடியைக் கழற்றி வைத்தார்.

பின்னர் அவர் சீரோவாட் பல்ப் எரியவிட்டு விட்டு மீதி விளக்கெல்லாம் அணைத்துவிட்டு, கட்டிலில் படுத்துக்கொண்டு தூக்கம் வர காத்துக் கிடந்தார். இரவு நகர்ந்துகொண்டே இருந்தது.

ஆற்றோரம் ஒரு வீடு

மழை இன்னும் பெய்யத் துவங்கவில்லை. ஆனால் இடியும் மின்னலும் பயமுறுத்திக் கொண்டிருக்கின்றன. செங்கற்களை அடுக்கிவைத்துக் கட்டி சிமண்டு போட்டுப் பூசாமல் கட்டப்பட்ட வீடு அது. ஒரு சுவரில் பாதி இடம் ஜன்னல் இல்லாமல் நிறையச் சதுர இடைவெளிகளுடன் இருந்தது. காற்று தாராளமாக உள்ளே வர ஏதுவாக இருந்ததால் அது அவளுக்குப் பிடித்திருந்தது. அது மதியம் பார்த்தபோது.

ஆனால் இப்போது சாயங்கால வேளையில் இடி யும் மின்னலும் வீட்டுக்குள் வருவதுபோல் இருந்ததால் அவள் பயந்துதான் போனாள். இரண்டு சுவர்கள் சேரும் மூலையில் பெரிய பையனும் சின்னப் பைய னும் ஒண்டிக்கொண்டு உட்கார்ந்திருக்கிறார்கள். இதுவரையிலும் அவளது இரு தோள்களிலும் சாய்ந்து இறுக்கிப் பிடித்துக்கொண்டு அமர்ந்து அவளை அசையவிடாமல் செய்திருந்தார்கள். அவளும் சற்று நேரம் அவர்களை அணைத்துக்கொண்டு தானிருந்தாள்.

பின்னர், "போங்கலே என்னைப்போட்டு நெருக்கிக் கிட்டு" என்று கடிந்துகொண்டு தள்ளிவிட்டாள். அப்போ திலிருந்து இரு செவிகளிலும் விரல்கள் விட்டுக்கொண்டு கண்களையும் மூடிக்கொண்டு சுவரோடு சுவராக ஒட்டிக்கொண்டு உட்கார்ந்திருக்கிறார்கள்.

செங்கற்களிடையே உள்ள இடைவெளிகளில் பழைய துணிகளை எடுத்து அடைத்து வைக்கலாமென்று எண்ணியபடி அவள் எழுந்து அடுத்த அறைக்குச் சென்றாள். நீளமான அறையில் சாமான்கள் பரவலாகக் கிடந்தன. காலையில் கொண்டுவந்து போட்டவைகளில் சமையல் பொருள்கள், பாத்திரங்கள் ஆகியவற்றை அவள் எடுத்து வைத்தாள். மரபீரோவை சுவரோரமாக வைத்துத் துணிகளையும் வைத்தாள். மீதி இன்னும் சிறிய பெரிய மூட்டைகளாகக் கிடக்கின்றன. அவள் மரபீரோவைத் திறந்து பார்த்தாள். கிழிக்கும்படியான புடவை ஒன்றும் கண்ணில் படவில்லை. மிகவும் பழையதாக இருந்த ஒரு புடவையைக் கையிலெடுத்தாள். பிரித்துப் பார்த்த போது அதன் நிறம் டிசைன் எல்லாம் அவளுக்குப் பிடித்தமானதாக இருக்க, அவள் அதை மடித்து உள்ளேயே வைத்தாள். அது ஆறு வருடங்களுக்கு முன் மாரிமுத்து கோயில் திருவிழாவுக்குப் போய் வந்தபோது அவளுக்காக வாங்கி வந்தது.

அவனுக்குப் புடவை பார்த்து வாங்கத் தெரியாது. ஆனால் இந்தப் புடவை ஓரளவு அவளுக்குப் பிடித்திருந்தது. அவன் நிதானமாகப் புடவைகளை அவளுக்குப் பொருத்தமாக இருக்குமா என்றெல்லாம் எண்ணிப் பார்த்து வாங்குவதில்லை. ஏதோ வாங்கி வருவான். கிழிசல் புடவையைப் பிடித்துக் கொண்டிருப்பதைக் கண்டால், அல்லது கிழிசல் புடவையைக் கட்டிக்கொண்டு நடப்பதைக் கண்டால், அவனுக்குத் தேன்றினால் போய் வாங்கி வருவான். அவளைக் கூடவே அழைத்துச் செல்வதுமில்லை. "இந்தக் கலரு நல்லாவேயில்லையே" என்று அவள் சொல்லிவிட்டால் அவ்வளவுதான், இனிமே உனக்குப் புடவையே வாங்கித்தர மாட்டேன் போ"

என்று கோபமாகச் சொல்லிவிடுவான். உடனே அவள் இது வெறும் புடவையில்லை, அவனது அன்பு என்று நினைத்துக்கொண்டு புடவையைக் கட்டிக்கொண்டு அவன் முன்னால் போய் நின்று, "பாக்கதுக்கென்னவோ போல இருந்தது. ஆனா கட்டினப்போ நல்லாருக்கு" என்பாள். அவன் சமாதானமாகிவிடுவான் என்று அவளுக்குத் தெரியும்.

இத்தனைக்கும் தினம் தினம் எத்தனை புடவைகள் பார்க்கிறான். காலனியில் உள்ள பல வீடுகளிலிருந்தும் இஸ்திரி போட்டுத் தருவதற்காக வாங்கிக்கொண்டு வரும் புடவைகள் விலை உயர்ந்தவைகளாகவும் பார்க்க அழகானதாகவுமிருக்கும். அவைகளைப் பூ போல கையாள வேண்டும் என்று அவள் சொல்வாள். அவன் வெளியே இருக்கும் நேரத்தில் அவள் ஒரு சில புடவைகளை எடுத்து வாசனை பார்த்து உடம்பில் பட்டும் படாததுமாகத் தோளில் போட்டுவிட்டு மரபீரோ கண்ணாடியில் பார்ப்பாள். அதில் அவளுக்கு ரகசியமான ஒருவித ஆனந்தம் கிடைத்திருந்தது. அவன் கண்டால் சத்தம் போடுவான். நான் என்ன கட்டியா பாக்கறேன். உடம்புல படாதபடி வச்சுத்தானே பாக்கறேன் என்று முணுமுணுப்பாள்.

இப்போதெல்லாம் நிறையத் துணிகள் இஸ்திரி போட வருவதில்லை. சில பேர் உலர் சலவைக் கடையிலே போடுகிறார்கள்போல் தெரிகிறது. பளபளவென்று கண் ணாடி பீரோவில் வரிசை வரிசையாகக் கொக்கிகளில் மாட்டப்பட்டிருக்கும் புடவைகளை அவள் காண்ப துண்டு. ஒரு நாள், "நம்ம பொழப்பு என்னாவதுப்பா?" என்று அவனிடம் கேட்டாள். அவன், "என்னத்தைச்

செய்ய?" என்றான் முணுமுணுப்பாக. அவ்வளவுதான் மேலும் அதைக் குறித்து பேச விரும்பாததுபோல் அங்கிருந்து அகன்றுவிட்டான்.

ஒவ்வொரு வீடாகப்போய் எங்கிட்டெ துணிகள் போடுங்க. நான் வெளுத்து காய வச்சு பெட்டி போட்டு தாரேன்னு கேட்டு வாங்கி வரக் கூடாதா இவரு யார் கிட்டயும் வாயைத் திறந்து பேச மாட்டாரு. துணி மூட்டையைத் திண்ணையிலே வச்சிட்டு சுவரோரம் ஒதுங்கி நிப்பாரு. திண்ணை இல்லாத வீடுன்னா கேட் திறந்து அவங்க வந்து துணியெடுத்துப்போய் இது சரியா வெளுக்கலே, இது சாயம் போயிருக்கே, சரியாவே கஞ்சி போடல்லே என்றெல்லாம் சொல்வதைக் கேட்டுக் கொண்டு காசை வாங்கி வருவாரு. இப்ப அதெல்லாம் கிடையாது. பெட்டி போட்டு மட்டும் குடுத்தாப் போரும். காசும் கம்மிதான். இந்த ஓட்ட சைக்கிளைப் போட்டுட்டு ஒரு ஸ்கூட்டர் வாங்குங்க என்று அவனிடம் சொல்ல வேண்டும் என்று அவளுக்குத் தோன்றும். ஆனால் சொல்ல மாட்டாள். சாத்தியமற்ற விஷயங்களைச் சொல்வானேன்.

இப்போது நிலைமை இன்னும் மோசமாகப் போகிறதே என்பதுதான் அவளுக்குக் கவலையாக இருக் கிறது. மாரிமுத்து எதைக் குறித்தும் பேச விரும்பாமல் அல்லது பேசுவதைத் தவிர்க்க நினைத்து இலைகள் உதிர்ந்துவிட்ட ஒரு மரத்தினடியில் அமர்ந்துகொண்டு பீடி பிடித்துக்கொண்டு இருப்பான். இந்த நாசமாப்போற பீடியைப் பிடிக்காதன்னு சொன்னால் கேக்கிறதே இல்ல என்று முணுமுணுத்துத் தலையிலடித்துக் கொண்டாள். வெளியே மின்னலடிக்கும் போதும் இடி இடிக்கும்

போதும் குருட்டு யோசனை பண்ணிக்கொண்டு பீடி பிடித்துக்கொண்டிருக்க அவனால்தான் முடியும் என்றும் எரிச்சலுடன் மனத்தில் நினைத்துக் கொண்டாள். இடி மின்னல் இருக்கும்போது மரத்தடியில் நிற்கக் கூடாது என்று தெரியாதவரா என்ன என்றும் சேர்த்துக் கொண்டாள். அத்துடன் வாயில் புத்தி கெட்ட ஆம்பிள என்று சொல்ல வந்ததை விழுங்கிக் கொண்டாள். ஏனென்றால் சின்னப் பையன் இப்போது பீரோ பக்கத்தில் நின்று கண்ணாடியில் அழகு பார்த்துக் கொண்டிருக்கிறான்.

"ஏலே, போய் அப்பாவை உள்ளே வரச் சொல்லு" என்று அவனை ஏவினாள். இடி மின்னலிலே இப்படி யாராச்சும் வெளில இருப்பாங்களா என்று முணுமுணுப் பாகத்தான் சொன்னாள் என்றபோதிலும் சின்னவன் உடனே புத்தி கெட்ட ஆம்பள என்று முடித்தான். அவள் வந்த கோபத்தை அடக்கியவாறே அடிச்சன்னா பாத்துக்கோ என்று கையை ஓங்கினாள். அவன் அடிபடாத அளவு துரத்தில் நகர்ந்துகொண்டு பயப்படுவதுபோல் நடித்தான். அவளுக்குச் சிரிப்பு வந்தது. இருந்தாலும் முகத்தை இறுக்கமாக வைத்துக்கொண்டு, "போலே போயி அப்பாவ உள்ள வரச்சொல்லு" என்றபடி துணியைக் கிழத்துச் சுருட்டி இடைவெளிகளை அடைக் கும் எண்ணத்தையெல்லாம் விட்டுவிட்டு ஜன்னல் பக்கம்போய் அமர்ந்துகொண்டாள்.

சற்று தூரத்தில் அகலமான மணல் பரப்பில் நடுவே நூல் போல் நதி ஓடுகிறது. இது பெரிய ஏமாற்று வேலை என்றுதான் அவளுக்குத் தோன்றியது. ஆத்துல நெறயத் தண்ணி போகும், உங்களுக்குத் துணி பெட்டி போடுது

மட்டுமில்லாம, துணி வெளுத்தும் கொடுக்கலாமில்லா என்று அந்த வீட்டு, கீதா சொன்னபோது ஆற்றில் நிறைய நீர் ஓடுமா, இப்போதும் ஓடுகிறதா என்று விசாரித்திருக்க வேண்டும். மாரிமுத்துவும் அப்படித்தான் தோணுது என்று சொன்னான் அசிரத்தையாக. நிறைய நீரோடும் ஆற்றின் கரையில் ஒரு வீடு என்பது கேட்கவே அவளுக்கு மகிழ்ச்சியாக இருந்தது. ஆனால் இப்படியாகும் என்று நினைக்கவில்லை.

அம்மா என் பந்தெங்கே என்று கேட்டுக் கொண்டே தோள்மீது வந்து விழுந்தான் சின்னப் பையன். "அதெங்கெ கெடக்கோ. இப்ப எடுக்க முடியாது" என்ற அவளது பதில் கேட்டு சிணுங்கிக்கொண்டே வெளியே போனான். அவன் மூட்டை கட்டிக்கொண்டு வந்த சாமான்கள் இன்னும் எடுத்து வைக்கப்படாமல் கிடக்கின்றன. சமையலுக்குத் தேவையான பாத்திரங்கள் பொருள்கள் எல்லாம் எடுத்து ஒரு சோறும் குழம்பும் வைத்தாள். மதியத்துக்குப் பின்னர் கொஞ்சம் துணிகள் எடுத்து மரபீரோ உள்ளே வைத்தாள். பின், குழந்தைகளின் புத்தகங்கள், சீருடை எல்லாம் எடுத்து வைத்தாள். மீதி அப்புறம் பார்த்துக் கொள்ளலாம் என்று விட்டுவிட்டாள். மனது குழம்பிப் போயிருக்கிறது. அவளுக்கு வேலை ஒன்றும் செய்யத் தோன்றவில்லை.

எல்லாம் அதனதன் இடங்களில் வைக்க வேண்டு மென்றால் கொஞ்ச வேலை உண்டு. மாரிமுத்து விருப்பத்துடன் ஒன்றும் செய்ய மாட்டான். கனமான பொருள்களை எடுக்கவோ நகர்த்தவோ செய்யும்போது அசிரத்தையாகக் காலில் போட்டுக்கொண்டு ஐயோ என்பான். தோள்பட்டை உளுக்கிற்று, கைவலிக்கு என்றெல்லாம் சொல்லிக் கொண்டே தான் செய்வான்.

பி. உஷாதேவி ❋ 39

அந்த வீட்டில் துணிகள் இஸ்திரி போடும் வண்டி நிறுத்தி வைக்க சின்னதாக ஒரு பந்தல் இருந்தது. இங்கே அதெல்லாம் கிடையாது. பிரதான சாலையிலிருந்து கொஞ்சம் உள்ளே வந்தால் சுற்றிலும் செடிகள் வளர்ந்து நிற்கும் ஒரு வீடு. நீளமான ஓர் அறை. அதைக் கடந்தால் உள்ளே அதே நீளத்தில் இன்னொரு அறை. அறையின் கடைசியில் சமையல் மேடை ஒன்று. பின்னால் சிறு குளியலறை. வீட்டின் முன்பக்கம் கொஞ்சம் தள்ளி குடிநீர் குழாய். முன் வாசலுக்கும் பின் வாசலுக்கும் இடையே நிறைய நடக்க வேண்டும். பின் வாசலில் நின்று பார்த்தால் சற்று தூரத்தில் ஆறு தெரியும். ஆற்றில் தண்ணீருண்டா என்பதை மாரிமுத்து பார்க்கவில்லையே. அல்லது இனிமேல் துணிகள் வெளுத்துத் தர வேண்டாம், இஸ்திரி போட்டால் மட்டும் போதும் என்று முடி வெடுத்திருக்கிறானோ என்னவோ. பலபேர் துணிகள் வெளுக்கப் போடுவதை எல்லாம் நிறுத்திவிட்டார்கள். ஏதோ, காலனியில் இரண்டு வீடுகளும் பெரிய ஐயா வீடும் மட்டும்தான் இப்போது தருகிறார்கள். சொல்லப்போனால் பெரிய ஐயா வீடு மட்டும்தான். இஸ்திரி மட்டும் போட்டுத் தந்தால் கிடைக்கும் பணம் செலவுக்குப் பத்துமா என்று யோசிக்க வேண்டாமா புத்தி கெட்ட ஆம்பள என்ற வார்த்தை அவளுக்கு நாக்கு நுனிவரை வந்துவிட்டது. அவள் விழுங்கிக் கொண்டாள்.

இப்போது இடி மின்னல் நின்றுவிட்டது. பெரிதாக மழை பெய்யவுமில்லை. குளிர்ந்த காற்று வீசிக் கொண்டிருக்கிறது. தூரத்திலெங்கோ மழை பெய்கிறது போலும். இன்னமும் இரண்டு மூன்று பைகள் அந்த வீட்டில் இருக்கின்றன. போய் எடுத்துவிட்டு வரலாம் என்று எழுந்தாள். இன்னும் சற்று நேரத்தில் இருட்டி

விடும். நாளை ஒருவேளை அவர்கள் வேலை துவங்கி விடக்கூடும். வீட்டுக் கதவை நன்றாக இழுத்துச்சாத்தி தாழ் போட்டு விட்டுத்தான் வந்தது. யாரும் உள்ளே நுழைந்துவிட முடியாது. எப்போதும் ஆள் நடமாட்டம் இருந்து கொண்டே இருக்கும் இடம்.

முன்கேட்டில் பெரிதாக மாருதி என்று தங்க நிறத் தில் எழுதப்பட்டிருக்கும் பெரிய வீடு. கம்பீரமாக நிற்கும் பெரிய கிராதிக்கேட்டு. பெரிய சுற்றுச் சுவர். பெரிய வீட்டைச் சுற்றி நிறைய மரங்கள். பின் பக்கம் சின்னதாக ஒரு வீடு. பக்கவாட்டுச் சுவரில் ஒரு சிறிய கேட். மாரிமுத்துவும் குடும்பவும் அந்தச் சின்ன வீட்டில் இருந்துகொண்டு சின்ன கேட் வழியாக வெளியே போய் வந்து கொண்டிருந்தனர். அவர்கள் பின்பக்கமாகவே புழங்கிக்கொண்டு வேலைகள் பார்த்துக் கொண்டிருந்தனர். அவர்கள் முன்பக்கமாக நடமாடக் கூடாது என்பது கட்டளையாக இடப்பட்டிருந்தது. அவள் கல்யாணமாகி வந்தபோது இதைத்தான் மாரிமுத்து அவளுக்கு முதலில் சொன்னான்.

அந்தச் சிறு வீட்டின் முன்னால் ஒரு குழாய் இருந்தது. அவள் குடத்தில் நீர்பிடித்துக் கொண்டிருக்கும்போது பெரியம்மா அவர்களது அறையிலிருந்து ஜன்னல் வழி யாகப் பார்த்தால் கை காட்டி அழைப்பார். சில நாள் பெரியம்மாவுக்கு உதவியாக இருக்கும் கீதா வந்து கூப்பிடுவாள். பெரியம்மாவின் படுக்கையறைக்கு வெளியே ஒரு சிறு அறை இருந்தது. அங்கே பெரியம் மாள் நாற்காலியில் உட்கார்ந்திருப்பார். அவள் வாசலுக்கு வெளியே படிக்கட்டில் உட்காரப்போனால் பெரியம்மா அவளை உள்ளே அழைத்துப் பக்கத்தில்

பி. உஷாதேவி ❋ 41

கிடக்கும் நாற்காலியில் உட்காரச் சொல்வார். ஆனால் அவள் தரையில் உட்கார்ந்து கொள்வாள். அவர்கள் பொதுவான விஷயங்கள் பேசிக் கொண்டிருக்கும்போது மூத்த மருமகள், இரண்டாவது மருமகள், மூன்றாவது மருமகள், சமையல்காரம்மா எல்லாம் உள்ளே அங்கு மிங்கும் நடப்பதை அவள் காண்பாள். இரண்டாவது மருமகள் சிலநாள் ஏதாவது பேசுவாள். துணிமணிகள் துவைக்கப் போடும்போது நிறையக் கஞ்சிப் போட்டு மொடமொடவென்று இருக்க வேண்டும், சாயம் போகாமல் பார்த்துக்கொள்ள வேண்டும் என்பன போன்றவை தான் பேச்சு. அங்கே தினமும் விருந்தினர்கள் வந்த வண்ணமாகவே இருப்பார்கள். முன்புபோல் மற்ற வீடுகளுக்கும் போய் துணிகள் எடுத்து வரும் பழக்கம் இப்போதில்லை என்பதால் இதுதான் வசதி என்றே அவளும் நினைப்பாள்.

பெரிய ஐயாவின் வெள்ளை வேட்டி, துண்டு, பெரிய அம்மாவின் புடவைகள் எல்லாம் மாரிமுத்துவின் அப்பா வும் அம்மாவும்தான் துவைத்துக் கொடுத்துக் கொண் டிருந்தனராம். வேறு வீடுகளிலிருந்து துணிகள் வாங்க வேண்டாமென்றும் பெரிய ஐயா சொல்லிவிட்டாராம். இங்கேயே வேலைகள் பார்த்துக் கொண்டிருக்க வேண்டும் என்று சொல்லி அந்தச் சின்ன வீட்டில் தங்கிக்கொள்ள அனுமதியும் தந்தார்களாம். ஆனால் காலம் போகப்போக மாரிமுத்துவின் அப்பா பெரிய ஐயாவின் அப்பாவைக் கடைசிக் காலத்தில் பார்த்துக் கொண்டதற்காக அந்த வீட்டை அவர்களுக்காக எழுதி வைத்து விடுவதாகப் பெரிய ஐயா சொன்னபோது மாரிமுத்து அப்பா அதுபோல வேண்டாம், கொஞ்ச மாவது பணம் வாங்கிட்டு குடுங்க, பணம் தந்துதான்

வாங்குவேன் என்று சொல்லிவிட்டாராம். பின்னர் கொஞ்சமாகப் பணம் வாங்கி விட்டு எழுத ஏற்பாடு பண்ணும் நிலையில் பெரிய ஐயா திடீரென்று இறந்து விட, சில நாள்களிலே மாரிமுத்து அப்பாவும் இறந்து விட்டாராம். மாரிமுத்து அம்மா சிலகாலம் முன்பே இறந்துவிட்டாராம். கொஞ்ச நாள்கள் முன்னர் மாரி முத்து இதையெல்லாம் சொன்னதை அவள் அசை போட்டுக் கொண்டிருந்தாள்.

மாரிமுத்து இப்போதும் மரத்தடியில்தான். குழந் தைகள் என்னமோ கூச்சல் போட்டுக்கொண்டு அங்கு மிங்குமாக ஓடிக் கொண்டிருக்கின்றனர். அவள் அவர்களைச் சும்மா பார்த்துக்கொண்டு யோசனை பண்ணிக்கொண்டு வாசல் கதவுமேல் சாய்ந்து நின்றாள். பைகள் எடுக்கப் போகும் போது கீதாவைப் பார்த்தால் ஏதாவது கேட்கலாம் என்று நினைத்தாள். கீதாதான் ஏதாவது விஷயம் இருந்தால் சொல்வாள். அவள் பெரியம்மாவுக்கு உதவி செய்ய நிற்பவள். அன்றொரு நாள் காய்கறி வாங்கிக்கொண்டு வருகையில் அவள், "உங்களகாலி பண்ணச் சொல்லு வாங்கபோலத் தெரியுது. சரியாத் தெரியலே. என்னவோ சண்டெ நடக்குது. பங்கு பிரிக்கணும்னெல்லாம் பேசிக்கிறாங்க. இன்னும் ரண்டு வீடு கட்டி ரண்டாவது அண்ணனும் மூணாவது அண்ணனும் தனியாப் போகப் போறாங்களாம். அப்ப நீங்க இருக்கற இடமெல்லாம் அவங்களுக்கு வேண்டி யிருக்குமே" என்றாள்.

தம்மா மிகுந்த கவலையுடன் இந்தச் சேதியை மாரிமுத்துவிடம் சொன்னாள். அவன் வழக்கம்போல் பதில் பேசாமல் இருந்தான்.

அவள் மறுபடியும் நச்சரிக்க, வரட்டும் பாக்கலாம் என்று சொல்லிவிட்டுப் பீடி பிடிக்க ஆரம்பித்துவிட்டான்.

இன்னொரு நாள் குழாயடியில் நின்றபோது சீதா சொன்னாள். "பெரியம்மா உங்களுக்காகப் பரிஞ்சு பேச றாங்க. ஆனா யாரும் கேக்கற மாதிரி தெரியலை. ஒரே சண்டையாப் போவுது."

"அந்த ட்ரைவர் உங்கள்ட்டெ பேசுவாரில்லா, அவருக்கு எல்லா விஷயமும் தெரியும்னு கீதா சொல் வாள். நீங்க வேணும்னா அவர கேட்டுப் பாருங்களேன்" என்றாள் தம்மா மாரிமுத்துவிடம் கவலையோடு. அவன் பேசாமலிருந்தான். அவள் எரிச்சலுடன் புத்தி கெட்ட ஆம்பள என்று மனசுக்குள் சொல்லிக் கொண்டாள்.

இப்போதெல்லாம் குழந்தைகள் கேட்கும்படியாக எல்லாம் அவள் அதுபோல் சொல்வதில்லை. பெரிய வனும் சின்னவனும் எந்த விஷயமாகிலும் கூர்ந்து கவனிக் கிறார்கள். படிக்கும்போதும் விளையாடும் போதெல் லாம் அவர்கள் சுற்றுப்புறத்தைக் கவனித்துக் கொண்டு தானிருக்கிறார்கள். அப்பாவும் அம்மாவும் பேசிக்கொண் டிருக்கும்போது இடையில் ஏதாவது சொல்கிறார்கள்.

நான்காம் வகுப்பு படிக்கும் பெரியவன் அவனது பழைய நோட்டைக் கிழித்து அதில் ஆங்கில எழுத்துகளில் பிகெள என்று எழுதினான் ஒரு நாள். அதைப் பார்த்து இரண்டாம் வகுப்பு படிக்கும் சின்னவன் சுவர்மேல் ஏபிசி என்றெழுதி, உடனே பிகெள என்றும் எழுதினான். பின்னர் இரண்டு பேரும் மிகவும் ரகசியமாகச் சற்று நேரம் பேசிக்கொண்டிருந்தனர். தம்மாவுக்கு ஒன்றும் புரியவில்லை. அவளைக் கண்டதும் அவர்கள் பேச்சை

நிறுத்தி விட்டனர். பின்னர் அவள் காய்ந்த துணிகளை எடுத்துக்கொண்டு வாசல் பக்கம் வந்தபோது உள்ளே இருவரும் பாடுவது கேட்டது. அவள் கவனித்தாள். சுவரில் பிகெள கண்டாள். அவளுக்குக் கொஞ்சம் புரிந்தது. புத்திகெட்ட ஆம்பிளை, பிகெள தானோ, ஆங்கிலமோ?

தம்மாவும் பிக்காவும் என்று பெரியவன் பாட்டுப்போல் சொல்ல நல்ல ஜோடி நல்ல ஜோடி என்றான், சின்னவன். மறுபடியும் மறுபடியும் அதையே சொல்லிக் கொண்டே ஒரு தட்டை எடுத்து, சென்ற தடவை திருவிழாவுக்குச் சென்றபோது வாங்கிய மலிவான புல்லாங்குழல் வைத்துத் தாளம் போடவும் துவங்கினான் பெரியவன். உட்கார்ந்தவாறு பாடிக் கொண்டிருந்தவர்கள் அதில் என்னவோ மிகுந்த சந்தோஷம் கண்டார்கள் என்பதுபோல் சத்தமாகப் பாடிக் கொண்டே எழுந்து நடனமாடவும் துவங்கினார்கள். இடை இடையே ஹை என்று சத்தவும் கொடுத்தார்கள். ஒரே சிரிப்பும் கும்மாளவுமாக இருந்தது அங்கே

தம்மாவுக்கு என்ன சொல்வது என்று புரிய வில்லை. முதலில் கோபம் வந்தாலும் பிள்ளைகள் கேட் கும்படியாகப் புத்திகெட்ட ஆம்பள என்று சொல்வது தன்னுடைய தப்புதான் என்று தோன்ற அவள் சும்மா பார்த்துக் கொண்டிருந்தாள். மாரிமுத்து வந்தால் என்ன சொல்வாரோ என்று பயந்து என்னலே இது என்று சத்தம் போட்டாள். பிள்ளைகள் பயந்ததுபோல் பாவனை செய்துகொண்டு சிரிப்பை அடக்கியபடி நின்றனர். அவள் பக்குவமாக, “இப்படி பிக்கா என்றெல்லாம் சொல்லக் கூடாது, அம்மா விளையாட்டுக்குச்

சொல்றேன், ஆனால் நீங்க சொல்லக்கூடாது" என்று அறிவுரை கூறினாள். பிள்ளைகள் இப்போது, "தம்மாவும் மாமுவும் நல்ல ஜோடி, நல்ல ஜோடி" என்று தான் பாடிக்கொண்டிருக்கிறார்கள், அவ்வப்போது. அவள் அதைக் கண்டு கொள்ளாத மாதிரி இருக்கிறாள்.

தமயந்தி என்ற பெயரை பிறந்த ஊரில் வீட்டிலும் அக்கம்பக்கத்திலும் மேந்தி என்றே அழைத்தனர். கல்யாணமாகி இங்கே வந்த பின்னர் பெரியம்மா தான் தம்மா என்று கூப்பிட ஆரம்பித்தாள். மற்றவர்களும் தம்மா என்றே அழைத்தனர். மாரிமுத்து அவளை ஏய் இந்தா என்றெல்லாம்தான் எப்போதும் அழைக்கிறான். பிள்ளைகள் விளையாட்டாக பிக்கா என்று சொல்லப்போய் மாரிமுத்துவுக்கு அது பட்டப்பேராகி விடக்கூடாதே என்று அவள் கவலைப்பட்டாள்.

ஆனால் அவன் புத்தியில்லாதவன்போல் தானே நடந்து கொள்கிறான். எந்த ஒரு விஷயத்திலும் அக்கறையில்லை. எல்லாம் தம்மா தான் செய்ய வேண்டும். அவன் வரும் போது தட்டில் சோறு போட வேண்டும். சோறில்லை, கஞ்சியென்றாலும் போதும். இல்லை மரவள்ளிக்கிழங்கு வேக வைத்ததாக இருந்தாலும் சரி. மழைக் காலங்களில் தொழிலில் வருவாய் குறைவாக இருக்கும். அடுத்த வேளை உணவு எப்படி என்பது அவனது சிந்தனையில் இல்லை. எல்லாம் தம்மா பார்த்துக்கொள்ள வேண்டும் என்று சும்மா இருக்கிறான். பிள்ளைகளின் உடைகள், புத்தகம் ஒன்றும் அவனது கவனத்தில் இல்லை. துணிகள் இருந்தால் இஸ்திரி போட வேண்டும். இல்லையென்றால் சும்மா இருக்க வேண்டும். எங்கிட்டெ என்ன மந்திரக்கோலா இருக்கு

என்று முணுமுணுப்பாள் தம்மா. இப்போது இந்த மாதிரி ஒரு சூழ்நிலையிலும் இப்படி சும்மா இருக்கிறாரே என்று அவள் அலுத்துக் கொண்டாள்.

சென்ற வாரம் பெரிய ஐயாவின் மூத்த மகன் முன் பக்கம் வரச் சொன்னார் என்று கீதா சொன்னவுடன் மாரிமுத்து கிளம்பினான். அவள் கூடவே நடந்தபோது அவன் வராதே என்று தடுத்தான். அவள் சுவர் பக்கமாக மறைந்து நின்று கவனித்தாள்.

"இதப் பாரு மாரிமுத்து, எங்க அப்பா உங்கப்பாவுக்குச் சும்மா குடுத்தது தான் அந்த வீடு. ஆனால் உங்கப்பா கொஞ்சம் பணம் தந்து எழுதி வைக்கணும்னு சொன்னார். ஆனா அதெல்லாம் நடக்கவே இல்ல. இப்ப உங்கப்பாவும் இல்லை. தம்பிங்களுக்கும் தனியாய்ப் போனாத்தான் பொறுப்பு வரும் பாரு. அதனால நீ காலி பண்ணிடு. இப்போதைக்கு அந்த ஆற்றங்கரை தோப்பு வீட்டில போய் இருந்துக்கோ. அப்புறம் யோசனை பண்ணி ஏதாம் செய். உங்கப்பா தந்த பணத்தைத் திருப்பிக் கொடுத்திடுறேன், இந்தா" என்றபடி ஒரு கவரை நீட்டினார். உயரமான வராந்தாவில் நாற்காலியில் அவர் அமர்ந்திருக்க அவன் கீழே நின்று கொண்டு கை நீட்டி வாங்கினான். "வேண்டாம், இங்கேயே ஒரு ஓரமா இருந்துக்றோம்னு சொல்லுங்க" என்று கண்ணாலும் கையாலும் ஜாடை காட்டினாள் தம்மா.

சட்டென்று அவரது மனைவி பிரசன்னமாகி, "இப்ப கொஞ்ச நாளைக்கு அங்கெ இருங்க. இந்த வீட்டுல கூரையை மாத்தி ஓடு போட்டுத் தாரோம். இப்பக் கிளம்புங்க" என்றாள்.

இனி பேசுவதற்கொன்றுமில்லை என்கிற மாதிரி அந்த அம்மா உள்ளே போய் விட்டாள். பெரிய ஐயாவின் மூத்த மகன் இவர்களுக்கு முகம் கொடுக்காமல் கைபேசியில் பேசிக்கொண்டிருந்தார்.

அந்த ஒதுக்குப்புறமான தோப்பு வீட்டில் மனைவி குழந்தைகளுடன் தங்க முடியாது என்று சொல்லலாமா வேண்டாமா என்று அவன் யோசித்துக் கொண்டிருக்கும் போதே அவர் காரில் ஏறி வெளியே போய்விட்டார். உயரமான வராந்தாவின் பெரிய பெரிய தூண்களைப் பார்த்துக்கொண்டு சற்று நேரம் நின்றுவிட்டு இருவரும் திரும்பி நடந்தார்கள்.

வீட்டுக்குள் நுழையும் வரை பேசாமல் வந்த அவள் பிறகு அவனை கேள்விகளால் துளைத்தெடுத்தாள். எல்லாவற்றுக்குமாக, "நமக்குச் சொல்ல என்னத்தை இருக்கு?" என்று மட்டும் சொல்லிவிட்டு, பீடியை எடுத்துக்கொண்டு வெளியே போய் மரத்தடியில் உட்கார்ந்து கொண்டான் அவன்.

காலையில் இந்த வீட்டுக்கு மூட்டை முடிச்சுகளுடன் வந்தாகிவிட்டது. மேலே ஆஸ்பஸ்டாஸ் கூரை. வீடு தனியாக இருந்தது. மா, பலா, தென்னை மரங்கள் நிறைந்த தோப்பின் மறுபக்கம் இரண்டு சிறு வீடுகள் இருந்தன. பின் பக்கம் நூல் போல் நீரோடும் ஆறு. கடை கண்ணிக்குப் போக வேண்டுமென்றால் அரைமணி நேரம் நடக்க வேண்டும். வழியில் கொஞ்ச தூரம் ரப்பர் காடாக இருக்கிறது. ஆள் நடமாட்டமற்றுக் காணப்பட்ட பிரதான சாலையில் அடிக்கடி வண்டிகள் போய்க் கொண்டிருக்கின்றன. பிள்ளைகள் பள்ளி செல்ல அவ்வளவு தூரம் நடக்க வேண்டியதில்லை. பாலம்

கடந்தால் பள்ளி. அது ஒன்றுதான் அவளுக்கு நிம்மதி தந்தது.

வெளியே முற்றத்தில் இறங்கினாள். மரத்தடி யிலிருக்கும் மாரிமுத்துவிடம் போய், "இன்னும் ரண்டு மூணு பை அங்க இருக்கு. போய் எடுத்துட்டு வாங்க" என்றாள். "அதெல்லாம் நாளைக்கு எடுத்துக்கலாம்" என்று முனகலாகப் பதிலளித்துவிட்டுத் தூரத்தில் பார்வையைத் திருப்பிக்கொண்டான் அவன். அவளுக்கு எரிச்சல் வந்தது. இதென்ன பொறுப்பற்றத்தனம் என்றெண்ணியபடியே, "நம்ம வேண்டாம்னு போட்டுட்டுப் போயிட்டோம்னு யாரும் எடுத்திட்டுப் போயிரப் போறாங்க. பிள்ளேங்க உடுப்பு சிலது அதில் இருக்கு" என்றாள். அவன் காட்டுச் செடிகளைப் பார்த்துக் கொண்டிருந்தான்.

"அப்ப சரி, நீங்க பிள்ளேளைப் பாத்துகிடுங்க. நான் போய் எடுத்துட்டு வாறேன்" என்றபடி நடக்க ஆரம்பித் தாள். போ என்றோ வேண்டாமென்றோ அவன் சொல்ல வில்லை. இடி மின்னலா இருக்கு நானும் வாரேன் என்று சொல்வாரோ என்று எதிர்பார்த்தபடி மெதுவாக நடந்தாள். பின்னால் குரல் ஒன்றும் வரவில்லை அவள் வேகமாக நடந்தாள். இப்போது இடி மின்னல் ஒன்றுமில்லை. லேசாக இருண்டு கிடக்கிறது. அவள் வேகமாக நடந்தாள். ரப்பர் காடு பக்கம் வந்ததும் ஓடினாள். பின்னர் நடந்தாள். சீக்கிரமே அந்த வீட்டுப் பக்கம் வந்துவிட்டாள்.

அவளுக்குத் திகைப்பாக இருந்தது. அந்த வீடிருந் ததற்கான எந்த தடயவுமில்லை அங்கே. எல்லாம் இடித்துத் தரைமட்டமாக்கப்பட்டிருக்கிறது. ஒரு சில மரங்கள் வெட்டப்பட்டுக் கீழே கிடந்தன. நிறையப் பேர் வேலை செய்து கொண்டிருந்தனர்.

அவள் யாரிடம் என்ன கேட்பது என்று தெரியாமல் திகைத்து நின்றாள். மாருதி எனும் வீடு கம்பீரமாக நின்றது. அதன் பக்கவாட்டில் மரங்களின் கிளைகள் இலைகள் எல்லாம் கிடந்தபடியால் பெரியம்மாவின் அறை ஜன்னல் ஒன்றும் காண முடியவில்லை. இரண்டு லாரிகளும் அங்கு நின்றன.

அப்படியே அவள் நிற்கும்போது திடீரென்று கீதா கையில் மூன்று பைகளுடன் முன்னால் வந்து நின்றாள். அவளருகே பைகளைக் கீழே வைத்து "இந்தா உன் பைகள்" என்றாள்.

தம்மா அவசர அவசரமாக, "இதென்ன கீதா, அந்த வீட்டில் ஷீட்டை மாத்தி ஓடு போட்டுத் தரேன்னும், கொஞ்ச நாள் அந்தத் தோப்பு வீட்ல இருங்கன்னும் தானே சொன்னாங்க" என்று கவலையோடு கேட்டாள்.

கீதா அக்கம்பக்கம் பார்த்துவிட்டு, "அதெல்லாம் அப்படித்தான் சொல்லுவாங்க" என்று மெதுவாகச் சொல்லிவிட்டு மேற்கொண்டு பேச நிற்காமல் நடக்க ஆரம்பித்தாள். தம்மா பின்னாலேயே போய், "பெரியம் மாட்டை கேட்டுப் பாக்கவா?" என்று கேட்க, "வீட்ல யாரும் இல்ல. நீ போ. இங்க நின்னு ஒன்னும் பிரயோஜன மில்லே" என்றாள் கீதா. தம்மா கீதாவுடனே நடந்து, "பெரியம்மா என்னிக்கு வருவாங்க?" என்று கேட்டாள்.

"அதெல்லாம் தெரியாது. ஆனா இப்பல்லாம் வரமாட் டாங்கன்னுதான் தெரியுது. சும்மா நிக்காத போற வழியப் பாரு" என்றபடி கீதா வேகமாக நடந்து மறைந்தாள்.

தம்மா நின்ற இடத்தில் சிலபேர் மரக்கிளைகளை எடுத்துச் செல்ல வந்தபோது அவளுக்கு அங்கிருந்து

நகர வேண்டி வந்தது. அவள் கவலையோடு மூன்று பை களையும் தூக்கிக்கொண்டு நடக்கலானாள்.

இனி என்ன செய்வது என்று யோசித்துக் கொண்டே நடந்தாள். வண்டியின் சக்கரங்களை ரிப்பேர் பார்க்க வேண்டும். முன்பு போல் துவைத்த துணிகள் வாங்கி வந்து இஸ்திரி போட்டுக்கொண்டு தர முடியாது. ஆக வண்டியைத் தள்ளிக்கொண்டு போய் காலனிக்குள் ஏதாவது மரநிழலாக பார்த்து நின்றுகொண்டு துணிகளை வாங்கி வந்து இஸ்திரி போட்டுத் தர வேண்டும். பின்னர் இவ்வளவு தூரம் வண்டியைத் தள்ளிக்கொண்டு வர வேண்டும் இந்த வீட்டில் வண்டியை நிற்க வைக்க சரியான இடவுமில்லை

வீடு வீடாகப்போய் துணிகள் வாங்கி வந்து இஸ்திரி போடும் வேலையை மதியம் வரைதான் மாரிமுத்து செய்வான். கையில் எடுத்துச் செல்லும் உணவைச் சாப்பிட்ட பின்னர், அவன் மரநிழலில் போய் அமர்ந்து கொள்வான் . மீதி வேலை அவள்தான் பார்க்க வேண்டும். அவள் இஸ்திரி போட்டுக்கொண்டு நிற்கும்போது போவோர் வருவோர் சற்று நிதானமாக நின்று பார்த்து விட்டுப் போவார்கள். அவளுக்கு எரிச்சலாக இருக்கும். மாநிறத்தில் சிறிய கண்களும் பெரிய மூக்குமாக நீள் கழுத்தும் எலும்பு தெரியும் தோள்களுமாக நிற்கும் தன்னிடம் என்ன பார்க்கிறார்கள் என்று உள்ளுக்குள் கோபப்படுவாள். ஒரு சட்டை இஸ்திரி போட எவ்வளவு சார்ஜ், ஒரு புடவைக்கு எவ்வளவு என்றெல்லாம் ஏதோ சும்மா கேட்டுக்கொண்டு நிற்பார்கள். அவள் மரநிழலில் சாய்ந்திருக்கும் மாரிமுத்துவிடம் ஏதாவது பேச்சு கொடுத்துக் கொண்டோ அல்லது வண்டியை அவனது

அருகே தள்ளிக்கொண்டு போய் நின்றோ வேலை பார்ப்பாள். மாரிமுத்துவுக்கு எதிலும் அக்கறையில்லை.

தூரத்தில் எங்கோ இடி இடித்தது. அவள் ஒரு கையில் ஒரு பையும் இன்னொரு கையில் இரண்டு பைகளும் தூக்கிக்கொண்டு முடிந்த மட்டும் வேகமாக நடந்தாள். லேசாக இருள் மூட ஆரம்பித்துவிட்டது. சாலையில் யாரும் நடந்து போவதைக் காணவில்லை. ஒரு சில வாகனங்கள் அங்கு மிங்கும் போய்க் கொண்டிருந்தன. ரப்பர் மரங்கள் நிறைந்த இடத்தைக் கடக்கும் போது அவளுக்குப் பயமாக இருந்தது. அவள் ஓடுவதுபோல் நடந்தாள்.

சட்டென்று அவளது கால் ஒரு கல்லில் இடித்து விட்டது. அம்மா என்று கத்தியவாறே அவள் கீழே உட்கார்ந்தாள். வலது கால் பெருவிரலில் நகத்தின் கீழே நன்றாக வலிக்கிற மாதிரி தோன்ற அவள் அழுத்திப் பார்த்தாள். பைகளைத் தரையில் வைத்து ஒரு பை மேல் உட்கார்ந்து பரிசோதித்தாள். இரத்தம் வந்து கொண்டிருந்தது. செருப்பைக் கழற்றிவிட்டுப் புடவையின் ஓரத்தால் துடைத்தாள். தோல் கழன்று விட்டதுபோல் தெரிந்தது. இப்போது இன்னும் இருட்டாகிவிட்டது. அவள் சுற்றுமுற்றும் பார்த்தாள். முன்பென்றோ கடையாக இருந்து இடிந்துபோய் விட்ட ஒரு சிறு இடம் காணப் பட்டது. அதன் படிக்கட்டு போல் இருந்த இடத்தில் யாரோ இருப்பது நிழல்போல் அவளுக்குத் தெரிந்தது. முகம் தெரியாத அளவுக்கு இருள் வந்துவிட்டது. பாதையில் எங்கும் விளக்கொளி இல்லை.

வீசிய காற்றில் ஒருவிதமான வாசனை இருந்தது. அவள் நன்றாகத் திரும்பி பின்பக்கம் ஆற்றின் மறுகரையைப்

பார்த்தாள். வித்தியாசமான வாசமாக இருக்கவே அவள் கண்களைக் கூர்மையாக்கி பார்த்தாள். அங்கே நெருப்பு எரிந்து கொண்டிருந்தது. சுற்றி ஒரு சிலபேர் நின்று கொண் டிருந்தார்கள். இப்போது அவளுக்குப் புரிந்தது.

அவளறியாமலே ஐயோ என்றாள் சத்தமாக. இந்த இடமா? இந்த இடத்திலேயா நாம் குடியிருக்க வேண்டும்? படபடக்கும் நெஞ்சுடன் அவள் ஒரு பைக்குள் கை விட்டுத் துண்டு ஒன்றை எடுத்துக் கிழிக்க முயன்றாள். அது கெட்டியாக இருந்தது. அவள் திரும்பிப் பார்த்தாள். அவள் பார்வையில் அவளருகே ஒரு தண்ணீர் பாட்டில் கொஞ்சம் தண்ணீருடன் கிடந்தது கண்ணில்பட்டது. அவள் அந்தத் தண்ணீரால் காயத்தைக் கழுவினாள். மறுபடியும் பார்த்தபோது துணி மேல் பக்கம் லேசாகக் கிழிந்ததுபோல் தெரிய, அவள் மேலும் கிழித்தாள். அதை வைத்துக் கால் கட்டை விரலை கட்டினாள். இப்போது அவளருகே யாரோ இருவர் நிற்பதுபோல் அவளுக்குத் தோன்றியது. அவர்கள்தான் துணி கிழித்ததும் தண்ணீர் பாட்டில் கொண்டுவந்து போட்டதுமோ என்று சந்தேகப்பட்டாள். அவள் பயந்துபோய் எழுந்தாள். தூரத்தில் அவளது வீட்டின் மின் விளக்கொளி கண்ணில்பட அவளுக்குச் சற்றே நிம்மதி தோன்றியது.

அவள் வேகமாக நடந்தாள். கால்விரல் நன்றாக வலித் தது. அதைப் பொருட்படுத்தாமல் ஓட்டமும் நடையுமாக வீட்டை நோக்கி விரைந்தாள். அப்போது அங்குமிங்கும் போகும் வண்டிகளின் ஒலி கடந்து சென்ற பின் பார்க் கும்போது ஏதோ நிழலுருவங்கள் நடமாடுவதுபோல் அவளுக்குத் தோன்றியது. ஆற்றின் அக்கரையிலிருந்து

இனியாரெல்லாம் இங்கே வருவார்களோ? இங்கெல்லாம் பறந்து பறந்து போவார்களோ? மரத்தடியிலும் வீட்டுக் குள்ளும் வருவார்களோ? இரவிலும் பகலிலும் அலை வார்களோ. அவளுக்கு நெஞ்சு படபடவென்று அடித்துக் கொண்டது.

இந்த மாரிமுத்துவுக்குத் தன்னுடன் வந்தாலென்ன என்று நினைக்க கோபம் கோபமாக வந்தது. ஒரு பையை யாவது தூக்கிக் கொண்டு வந்திருக்கலாம். துணையாக வாவது வந்திருக்கலாம். பொறுப்பத்த ஆம்பள, புத்தி கெட்ட ஆம்பள என்று சற்று உரக்கவே சொன்னாள். அவளுக்குக் கண்கள் நிறைந்தன.

ஒரு வழியாக வீடு வந்து சேர்ந்துவிட்டாள். மரத்தடி யில் யாரோ இருப்பதுபோல் தோன்றியது அவளுக்கு. மாரிமுத்து இன்னுமா வீட்டுக்குள் போகவில்லை என்றெண்ணிக் கொண்டே அவள் திறந்து கிடந்த கதவு வழியாக உள்ளே சென்றாள்.

குடத்தில் நீர் பிடித்து வைக்க வேண்டுமே. இனி இரவில் எப்படி நீர் பிடிக்கப் போவது? கொஞ்சம் தண்ணீர் தான் உள்ளது. ஆனால் இரவில் தேவைப்பட்டாலோ என்றெல்லாம் நினைத்துக் கொண்டே, "ஏலே எங்கலே இருக்கீங்க?" என்று கத்தினாள்.

இரண்டாவது நீளமான அறைக்குள்ளிருந்து பிஸ்கட் டப்பாவுடன் பெரியவனும் தா தா எனக்குத் தா என்று கத்தியபடி சின்னவனும் வந்தார்கள். பின்பக்கக் கதவைச் சாத்திவிட்டு மாரிமுத்துவும் வந்தான்.

முன்பக்கம் மரத்தடியில் யார் உட்கார்ந்திருந்தார்களோ என்ற சந்தேகக் கேள்வியை மாரிமுத்துவிடம் கேட்கலா

மென்று நினைத்து, பின்னர் வேண்டாமென்று விட்டு விட்டுப் பைகளைக் கீழே வைத்துக் கைகளை உதறினாள். பின்னர் குடத்தருகே போனாள். நீர் நிறைந்திருந்தது. டம்ப்ளரில் நீரெத்துக் குடித்தாள். இது யார் பிடித்தது? போகும் முன்புதான் எடுத்து வைத்தோமோ? எல்லாம் ஒரே குழப்பமாக இருந்தது அவளுக்கு. குடித்ததுபோக மீதி நீரை ஜன்னல் வழி வெளியே ஊற்றினாள்.

"நீங்கதான் குடத்துல தண்ணி பிடிச்சு வச்சீங்களா?" என்று மாரிமுத்துவைக் கேட்டாள். ஆமென்றும் இல்லை யென்றும் பொருள்படும்படியாக அவன் தலையாட் டினான். வெளியே போவதற்கு முன்தான் தான் நீர் பிடித்து வைத்தேனா என்று மூளையைக் குழப்பிக் கொண்டாள்.

காபி போடும்போது தீவிரமாக நினைத்துப் பார்த்தாள். துணியைக் கிழித்தது யார்? நான் தானா? தண்ணீர் பாட்டில் பாதையோரமாக யாராவது வீசிவிட்டுச் சென்றதுதானோ? ஆங்காங்கே கண்ட நிழல்கள் என்ன? அவளுக்குத் தலை வலித்தது.

மாரிமுத்துவிடம் போய்ப் பேசலாம் என்று நினைத்து வாசல் கதவின்மேல் சாய்ந்து நின்றுகொண்டு வெளியில் உள்ள இருட்டையும் அவ்வப்போது போகும் வாகனங் களையும் பார்த்துக் கொண்டிருந்த அவனருகே சென்றாள்.

"என்ன யோசிக்கிறீங்க?" என்று கேட்டாள். கேள்வி காதில் விழாததுபோல் அவன் சும்மாவே நின்று கொண்டிருந்தான்.

"அங்கெ நாம இருந்த வீடே இப்ப இல்லே, தெரியுமா? இடிச்சுட்டாக" என்றாள் அவள்.

“அந்த மாதிரி பெரிய பெரிய பங்களாக்கள் இருக்க இடத்திலெ திருஷ்டிப் பொட்டுப்போல ஒரு ஷீட்டு போட்ட வீடெல்லாம் இருக்கறது அவங்களுக்குப் பிடிக்குமா? அதான் இடிச்சுட்டாங்க. நாம இங்கெ இருக்க வேண்டியதுதான்.”

பேசி முடித்துவிட்டதுபோல் அவன் மறுபடியும் இருட்டைப் பார்க்க ஆரம்பித்தான்.

காற்றில் ஒருவித வாசனை இப்போதும் வந்து கொண்டிருப்பது அவனுக்கு உணர முடியவில்லையா? வெளியே ஏதோ நிழல்கள் அசைவதுபோல் அவனுக்குத் தெரியவில்லையா? அல்லது அது தன்னுடைய பிரமையா? இதென்ன வாசனை என்று குழந்தைகள் கேட்டால் என்ன சொல்வது? ஆற்றின் மறுகரையில் ஏன் நெருப்பு தெரிகிறது என்று கேட்க மாட்டார்களா? குழந்தைகள் பயப்படுவார்களோ என்று அவனுக்குக் கவலையில்லையா? இப்படி ஏமாற்றப்பட்டு விட்டோமே என்று மனம் பதறவில்லையா? இல்லை, எல்லாம் சகித்துக் கொள்ளத்தான் வேண்டும் என்ற எண்ணமா? அவள் மனத்துக்குள் கேள்விகள் வந்து கொண்டே இருந்தன.

“எம்மா எம்மா” என்றபடியே பெரியவனும் சின்னவனும் ஓடி வந்து அவளருகே நின்றனர்.

“ஏம்மா, அந்த வீட்லேந்து இங்க வந்திட்டோம்?” என்று கேட்டான் பெரியவன்.

“அந்த வீடு நம்மதில்லே” என்றாள் அவள். உடனே சின்னவன், “இந்த வீடு நம்மளுதா?” என்று கேட்டான். அவள், “இல்லே” என்று பதில் சொன்னாள்.

"இந்தப் பூமி நம்மதுதானே? அப்படின்னா இந்த வீடும் நம்மதுதானே?" என்று பெரியவன் கேட்க, சின்னவன் அதையே மறுபடியும் கேட்டான். மாரிமுத்து ஏதாவது சொல்லட்டும் என்று அவள் பதிலளிக்காமல் இருந்தாள். பதில் ஒன்றும் தெரியவுமில்லை. மாரிமுத்து எந்தப் பேச்சையும் கவனிக்காதவன்போல் அப்படியே இருந்தான்.

"நமக்குச் சொந்தமா வீடு, வேணும்னா நாம காசு கொடுத்து வாங்கணும். அப்படித்தானேம்மா?" தனக்கும் விஷயங்கள் தெரியும் என்கிற தோரணையில் பெரியவன் கேட்டான்.

மாரிமுத்து பேசாமல் இருக்க தம்மா, "ஆமப்பா" என்றாள் மெல்லிய குரலில்.

"அப்ப காசு குடுத்து வாங்க வேண்டியதுதானே?" இதென்ன பெரிய விஷயம் என்கிற தோரணை சின்னவனின் கேள்வியில் இருந்தது.

"நம்மகிட்ட காசில்லே அதான்" என்று விளக்கினாள் தம்மா.

"ஏன் காசில்லே?"

"சம்பாரிக்கல்லே, வேல செய்து சம்பாரிக்கிற காசு செலவுக்கே பத்தலே. நெறய சம்பாரிச்சாதான் வீடு வாங்க முடியும்."

"ஏன் நெறய சம்பாரிக்கலே?" பெரியவன் கேட்டதைச் சின்னவனும் கேட்டான். கைகளை அகலமாக விரித்துக் கொண்டு.

ஏன் நெறய சம்பாரிக்கலே? அந்தக் கேள்விக்கு என்ன பதில் சொல்வது என்று அவளுக்குத் தெரியவில்லை. வேண்டுமென்றால் கோபமாக, “போயி படிங்கலே” என்று சொல்லிவிடலாம்.

எதுவும் காதில் விழாததுபோல் இருட்டைப் பார்த்துக் கொண்டிருக்கும் மாரிமுத்துவை ஒரு கணம் பார்த்து விட்டு அவளும் இருட்டைப் பார்க்க ஆரம்பித்தாள். ஒருவிதமான இறுக்கம் சூழ்ந்ததுபோல் இருக்க, பெரியவனும் சின்னவனும் அடுத்த அறைக்குள் சென்றார்கள்.

வெளியே சாலையில் அவ்வப்போது வெளிச்சம் பரவவிட்டு வண்டிகள் அங்குமிங்கும் போய்க் கொண் டிருப்பதையும் வானத்து நட்சத்திரங்களையும் பார்த்துக் கொண்டிருந்தாள். மனது என்னன்னவோ சிந்தித்துக் கொண்டிருந்தது. குளிர்ந்த காற்று வீசிக் கொண்டிருந்தது. ஒருசில பறவைகள் இருட்டில் பறந்து சென்றன. எல்லாம் வவ்வாலாகத்தானிருக்கும் என்று அனுமானித்தாள். அவளுக்கு அழுகை வரும்போலிருந்தது.

அடுத்த அறைக்குள்ளிருந்து பெரியவனும் சின்ன வனும் பாடுவது கேட்டது. தட்டுமேல் புல்லாங்குழல் கொண்டு தாளமிட்டபடி தம்மாவும் மாமுவும் நல்ல ஜோடி நல்ல ஜோடி என்று பாடுகிறார்கள். திரும்பத் திரும்பப் பாடப்படும் அந்த வரிகள் தம்மாவையும் மாரி முத்துவையும் சுற்றிச் சுற்றி வந்து கொண்டிருக்கின்றன.

பிச்சியின் பாடு

சுவரோரமாக வரிசையாக எறும்புகள் நகர்ந்து கொண்டிருக்கின்றன. நாற்காலியின் கால் பக்கத்திலிருந்து இன்னொரு வரிசையும் உள்ளது. கீழே விழுந்து கிடக்கும் ஐந்தாறு சோற்றுப் பருக்கைகள் எறும்புகளை அழைத்திருக்கக் கூடும். அவள் அதையே பார்த்துக் கொண்டிருந்தாள்.

சற்று முன்பு, சாப்பாட்டு மேஜைமேல் வைத்திருந்த பாத்திரங்களை ஒவ்வொன்றாக அவன் திறந்து பார்த்தான். ஒன்றில் சோறு. ஒன்றில் கீரை போட்ட குழம்பு. இன்னொன்றில் நான்கே துண்டுகள் வறுத்த மீன். ஏதோ அதிசயம் கண்டதுபோல் அவன் மீன் வறுவலையே பார்த்துக் கொண்டிருந்தான். அவள் ஒன்றும் கண்டு கொள்ளாத பாவனையில் இருந்தாலும் உள்ளுக்குள் அதை அவன் கீழே கொட்டிவிடுவானோ என்று பயந்து கொண்டிருந்தாள். அந்த மீனின் பின்னாலிருந்தவை அவள் மனத்தில் வந்து கொண்டிருந்தது.

மூன்றாவது குறுக்குத் தெருவில் குடியிருக்கும் சாரதாப் பாட்டியின் முதுகுப் புண்ணைக் கழுவி துடைத்துச் சுத்தம் பண்ணி மருந்து போட்டு, பாட்டிக்கு உடை உடுத்தி விடுகிற வேலை ஒரு மாதமாகச் செய்து கொண்டிருப்பதால் அதற்கான சம்பளத்தை அந்த வீட்டு மருமகள் தந்ததை வாங்கிக்கொண்டு வீட்டைப் பார்க்க

நடந்தபோது தான் மீன் விற்கிறவள் எதிர்பட்டாள். அவனுக்குப் பிடிக்குமே என்றுதான் மீன் வாங்கினாள்.

"யாருக்குடீ மீன் வறுத்து வச்சிருக்கே?" ஆக்ரோஷமான அவனது கேள்வி அவளைத் தாக்கிற்று.

"உனக்குத்தான்" என்றாள் சிரிப்புடன். உன்னுடைய கோபம் எனக்கொரு விஷயமே அல்ல என்கிற பாவனை யில் ஒரு சிரிப்பு. மிகுந்த அன்போ, கோபமோ, எரிச்சலோ எதுவானாலும் அவனை ஒருமையில்தான் அழைக்கிறாள் அவள்.

அவன் அவளைக் கோபமாக பார்த்துக் கொண்டே, "பொய் சொல்லு. இது யாருக்கு?" சத்தமாகக் கேட்டான்.

அவள் அதைவிடச் சத்தமாக, "யாருக்காக... இது யாருக் காக?" என்ற வசனம்போல் கத்திச் சொன்னாள். அவன் கோபத்துடனேயே ஒரு பாத்திரத்தைக் கையில் தூக்கி மேஜைமீது டக்கென சத்தத்துடன் வைத்தான். கொஞ்சம் சோற்றுப் பருக்கைகள் சிதறி தரையில் விழுந்தன.

"கொட்டினேன்னா உனக்குச் சோறு கெடயாது" என்றாள்.

"பின்னெ?"

எங்கோ படித்ததை ஞாபகம் வைத்து, "பசியை உப்பூற்றிப் பிசைந்து தருகிறேன், உண்ணுவாயாக" என்றாள்.

அவன் அவளை வெறித்துப் பார்த்துக் கொண்டிருந் தான். அவள் அதையும் பொருட்படுத்தவில்லை. அவன் மேஜைமேல் சாய்ந்து நின்றான். அவள் இருப்பின் நிலையை மாற்றி இன்னும் வசதியாகச் சுவர்மேல்

சாய்ந்து அமர்ந்து கொண்டு வரிசையாகச் செல்லும் எறும்புகளைக் கவனிக்க ஆரம்பித்தாள்.

"யாருக்குன்னு நீ சொல்லலன்னா நான் கண்டுபிடிக்க மாட்டேன்னு நெனச்சியா?" சற்று நேர அமைதிக்குப்பின் அவன் மீண்டும் வெடித்தான்.

அவளுக்குக் கோபம் வந்தது. "சரி, சொல்றேன் கேளு. எல்லாம் அவனுக்குத்தான்" என்றாள் சத்தமாக.

"அவனுக்கா? யாரவன்? அவனுக்குப் பேரில்லயா?" சரிதான். நான் யூகித்தது சரிதான் என்கிற தொனி அவன் குரலில் இருந்தது.

"அவன் வெனீஸ் நகரத்து வணிகன். பெயர் இனி மேலதான் கேட்டு தெரிஞ்சுக்கணும்"அவனை குழப்பி விட்ட சந்தோஷத்தில் அவள் சிரிக்க ஆரம்பித்தாள்.

அவன் வெனீஸ் நகரத்து வணிகன் குறித்த குழப்பமான சிந்தனைகளுடன் சோர்ந்து போனதுபோல் மெதுவாக நடந்து கட்டில் மேல் மல்லாந்து படுத்துக் கொண்டான்.

படுத்த நிலையிலேயே, முனகுவதுபோல், "வெனீஸ் நகரத்து வணிகன் இங்கே எங்கே வந்தான்?"எனக் கேட்டான்.

"வெனீஸ் என்றால் ஒரிஜினல் வெனீஸ் இல்லே. கிழக்கின் வெனீஸ்" முனகுவதுபோல்தான் அவளும் சொன்னாள். அவனை மேலும் குழப்பிவிட்ட சந்தோ ஷத்தில் மீண்டும் சிரிக்க ஆரம்பித்தாள்.

அவன் சுவர் பார்க்கத் திரும்பிப் படுத்தான். அவள் கொட்டாவி விட்டுக்கொண்டு ஜன்னல் வழி தெரிந்த இருட்டைப் பார்த்தாள். இருட்டுதான். முழுமையான

பி. உஷாதேவி ✲ 61

இருட்டு. தெருவில் சற்றுத்தள்ளி இருக்கும் விளக்குக் கம்பத்தில் விளக்கெரியவில்லை இன்று. சில நாள்களில் தான் அது எரியும். ஆக இன்று தெருவின் இந்தப் பக்கம் இருட்டாக இருக்கிறது. அக்கம்பக்கம் நிறைய வீடுகள் இல்லை. நிறைய வீடுகள் இருக்கும் இடங்களில் இவனுடன் தங்கவும் முடியாது என்று நினைத்துக் கொண்டே இருட்டை உற்றுப் பார்த்தாள் அவள்.

அந்த இருட்டு பழகிய பின் அவளது கண்களுக்கு கறுப்பு வானத்திலிருந்து கரிய பெரிய உருவங்கள் மிதந்து இறங்கி வரும் காட்சி தென்பட்டது. பக்கத்தில் வர வர அவை யானை உருவங்கள்போல் தோன்றின. பெரிய கரும் இறக்கைகள் கொண்ட யானைகள் வானத்திலிருந்து மெதுவாக மிதந்தவாறே இறங்கி வர வர அவைகளின் சிறகுகள் சுருங்கிக் கொண்டே வந்தன. அவைகள் தரையில் கால் பதித்து நின்றபோது சாதாரண யானைகள் போலவேகாணப்பட்டன. வளைந்த தந்தங்கள் தெரிந்தன. அவைகள் துரித நடை போட்டு இந்த வீட்டைப் பார்த்து வருவது போலும் அவளுக்குத் தோன்றியது.

ஒரு பக்கம் பயமாக இருந்தாலும் மறுபக்கம் அவளுக்குச் சந்தோஷமாக இருந்தது. அந்த யானைகள் வந்து, இந்த வீட்டையும் வீட்டிலிருக்கும் இரண்டு பேரையும் என்ன செய்யும் என்று சிந்திக்கையில் அவளுக்குக் குழப்பமாக இருந்தது.

அவன் உரக்க இருமினான். அவள் திடுக்கிட்டு நிகழ் காலத்துப் பிரச்சனைகளுக்குள் வந்து விழுந்தாள்.

சற்று தூரத்தில் ரயில் ஒன்று தடதடவென்று சத்தத்துடன் போயிற்று. எங்கிருந்தோ ஒரு இரவுப் பறவையின் குரல்

தீனமாகக் கேட்டது. மற்றபடி அச்சமூட்டும் அமைதிதான். அங்கொன்றும் இங்கொன்றுமாக வீடுகள். ஒரு சில வீடுகளின் வேலை நடந்து கொண்டிருக்கிறது. பார்த்தால் தெரிகிற பிரதான சாலையின் மறுபக்கம் நிறைய வீடுகள். ஆனால் அங்கெல்லாம் வாடகை அதிகம். இது ஒதுக்குப்புறமாக இருப்பதால் பரவாயில்லை.

அவள் வீடுகள் குறித்த எண்ணங்களில் அமிழ்ந்தாள். முதலில் வாடகைக்கு இருந்த வீடு வசதியாக இருந்தது. அப்போது அவளுக்கும் அவனுக்கும் வேலை இருந்தது. வருமானம் இருந்தது. ஆனால் பெருமழை வந்த ஒரு நாளில் வீட்டின் ஒரு பக்கச் சுவர் இடிந்து விழுந்துவிட வீடு மாற வேண்டியதாயிற்று.

பின்னர் கிடைத்த வீடு மிகவும் சிறியதாகவும் உடைந்த ஓடுகள் கொண்ட மேற்கூரையும் பழைய சிமெண்ட் தரையும் அழுக்குச் சுவர்களும் கொண்டதாகவும் இருந்தது. அப்போது அவளுக்கு வேலையில்லை. வெளியே இருந்த குளியலறைக்கு நல்ல கதவுமில்லை. மேற்கூரையுமில்லை. கதவைக் கயிறால் இழுத்து உள்ளே கொக்கியில் மாட்டிச் சாத்த வேண்டியிருந்தது. பக்கத்துத் தோட்டத்துப் புளியமரத்து மேலும், மாமரத்து மேலும் அடிக்கடி ஆள்களைப் பார்க்க நேர்ந்தது. மறுபடியும் வீடு மாற வேண்டியதாயிற்று.

மரத்துப்போன காலை நீட்டி இன்னொரு காலை மடக்கி வேறு ஒரு நிலையில் உட்கார்ந்தாள். வீக்கமுள்ள கால் வலித்துக் கொண்டிருக்கிறது. எதற்காக இப்படி சிமெண்ட் தரையில் உட்கார்ந்து கொண்டிருக்கிறோம் என்று யோசித்தாள். இதிலென்ன யோசிக்க உள்ளது என்றெண்ணியபோது பளபளவென்று மின்னும் சிகப்பு

வண்ணத்தரையுடன் கூடிய ஹால் ஒன்று மனத்தில் வந்தது. நடுஹால். இருபக்கமும் இரு பெரிய அறைகள், அடுத்து சமையலறை, சாப்பாட்டறை. பின் பக்கம் கிணற்றடி. கனகாம்பரம், ரோஜா, கொய்யா மரம்...

அவள் கைநீட்டி ஜன்னல்படி மேல் வைத்திருந்த கப்பை எடுத்தாள். அதில் மீதமிருந்த நீரை விரலால் தொட்டுத் தரையில் கோடுகள் போட்டு வீடு வரைந்தாள். ஜன்னல் வழி வீசிய காற்று அதைக் கொஞ்சம் கொஞ்சமாக அழித்துக் கொண்டே வந்தது. இப்போது வீடு புயலடித்துச் சேதமடைந்ததுபோல் காணப்பட்டது. அல்லது ஏதோ ஒரு பெரும் உருவம் கொண்ட அரக்கன் இடித்துப்போட்டுச் சிதிலமானதுபோல் தெரிந்தது. அவள் அதன் மேல் கவிழ்ந்ததுபோல் குனிந்து பார்த்தாள். அவள் கண்களிலிருந்து பெருகிய கண்ணீர் துளித்துளியாக அதன் மேல் விழுந்தது. அவள் கப்பிலிருந்த மீதி தண்ணீரும் ஊற்றி மெழுகினார்போல் அழித்தாள். இப்போது சரியான உருவமற்ற ஒரு நீர்சித்திரம் மட்டும் அங்கே இருந்தது. ஜன்னல் வழி வீசும் காற்று இதையும் அழித்துவிடும் என்றெண்ணி நிமிர்ந்து பழையதுபோல் அமர்ந்து வீக்கமுள்ள காலை வருடிக் கொண்டே அவன் என்ன செய்கிறான் என்று பார்த்தாள்.

இப்போது அவன் திரும்பிப் படுத்து ஜன்னல் வழி இருட்டை பார்த்துக்கொண்டு ஏதோ யோசனையில் இருக்கிறான். அவனது யோசனைகள் அல்லது சிந்தனைகள் எது குறித்ததாக இருக்குமென்பதை யூகிக்கவே முடியாது. இந்த நிமிடத்தில் கிழக்கின் வெனீஸ் குறித்தோ அந்த வணிகன் பெயர் குறித்தோ அல்லது புதிதாக எந்தக் குற்றச்சாட்டைக் கூறி திட்டலாம் என்பது குறித்தோ கூட

இருக்கலாம். ஒன்றுமில்லாமலும் இருக்கலாம். சில நாள்கள் முன்பு அவனுடைய மூளை காலியாக இருக்கிறதாகவும் இந்த வாழ்க்கையை முடித்துக்கொண்டால் என்ன என்று தோன்றுவதாகவும் சொல்லியிருந்தான். இரண்டு நாள்கள் முன்பு மறுபடியும் அதைச் சொல்லிவிட்டு அவளது பதிலுக்காக அவள் முகத்தைப் பார்த்துக் காத்திருந்தான். “உன்னெ என்ன பண்ணப் போகிறேன் பார்”என்றொருதொனி அதிலிருந்ததை உணர்ந்த அவள் மிகச் சாதாரணமாக, “நானும் அதைத்தான் யோசிக் கிறேன்”என்று சொல்லிவிட்டாள். அவனுக்கு ஏமாற்றமாக இருந்திருக்கக் கூடும்.

“ஐயோ ப்ளீஸ், அப்படியெல்லாம் நெனக்காத. எனக்கு ஒன்னெ விட்டா யாரிருக்கா? நீயில்லாம நான் எப்படி உயிர் வாழ்வேன்” என்று முன்னொரு காலத்தில் சொன்னதைப்போல் இப்போதும் அழுகையுடன் சொல்வாள் என்று எதிர்பார்த்திருப்பானோ என்று நினைக்க அவளுக்குச் சிரிப்பு வந்தது.

அதைக் கண்டதும் அவன், “இல்லன்னா எங்கயாவது கண்காணாத இடத்துக்கு ஓடிப்போயிரலாம் போல இருக்கு” என்றான்.

அவள் சிரிப்பை நிறுத்திவிட்டு, “தனியாவா” என்று கேட்டாள்.

“பின்னெ? ஒன்னையும் கூட்டிக்கிட்டா?” அவளையும் கூட்டிக்கொண்டு போவது என்னவோ பெரிய தப்பு மாதிரி ஒரு தொனி அந்தக் கேள்வியிலிருந்தது.

“இனி என்னை வேண்டாமென்று விட்டு விடாதே என் பிடாரனே, உனக்குக் கிடைக்கும் மற்றொரு பாம்பு எனக்குக் கிடைக்கா மற்றொரு பிடாரன்”

அவன் மனது சமாதானப்படட்டும் என்று தான் அவள் அப்படிச் சொன்னாள். அவன் சற்றுநேரம் பேசாம லிருந்தான். அவன் முகத்தில் சற்று இறுமாப்பு கூட தென்பட்டது.

"நானில்லாமல் நீ எப்படி வாழ முடியும்?" என்றொரு கேள்வி எழுத்து எழுத்தாக அவன் முகத்தில் ஓடியதை அவள் கண்டாள். என்ன வேண்டுமானாலும் நினைப் பதற்கான சுதந்திரம் ஒவ்வொருவருக்கும் உண்டல்லவா என்று சொல்ல வந்ததைச் சொல்லாமல் விட்டு விட்டாள் அவள்.

ஆனால் அவன் விடவில்லை. "நீயும் அப்படித்தான் யோசிக்கிறேன்னா சொல்றே. தனியா போயிருவியா நீ?" என்று சீண்டினான்.

"ஒரு நாள் போயிக் காட்டறேன் பாரு. நீ பாத்துக் கிட்டேயிரு. எங்காவது போயிரலாம்னுதான், அதுவும் கண்காணாத இடத்துக்கு போயிரலான்னுதான் எனக்கும் தோணுது. என்ன வாழ்க்கை இது!" என்றாள் அலுத்துக் கொண்டே.

"போயிரு. போயிரு. ஆனா நீ தனியால்லாம் போ மாட்டே. எனக்குத் தெரியும். ஆரு வருவா உன்கூட சொல்லு." அவனுடைய கேள்வி அவளுக்கு மிகுந்த எரிச்சலையும் கோபத்தையும் ஏற்படுத்தியது.

"மருத்தூர்மலை மன்னன் வருவான், என்னை அழைத்துச் செல்ல. மறுகரையிலிருந்து அவன் அன்னப் பறவை வடிவ தோணியில் ஏறிவிட்டான். இரவின் நிசப்தத்தில் துடுப்பு தண்ணீரில் விழும் சத்தம் கேட்கிறதா உனக்கு. அவனது முக தரிசனத்துக்காகத் துள்ளிக் குதிக்

கும் மீன்களும் அவனுக்காக வழிவிட்டு நீந்தும், உற்றுக் கேள். அந்தச் சத்தங்களெல்லாம் கேட்கிறதா?" வசனம் பேசுவதுபோல் அவள் பேசினாள்.

அவன் அவளை வெறித்துப் பார்த்தான்.

"மாரிக்காலம் வரும்போது நதியில் நீர் நிறையும்போது வருகிறேன் நான்" என்றான்.

"மாரிக்காலம் வருமா, நதியில் நீர் நிறையுமா, காத்துக் கொண்டிருக்கிறேன் நான்" என்று மேலும் பாட்டுப்போல் சொன்னாள்.

"காத்துக்கிட்டிருக்கியா, யாருக்காக?" அவன் பற் களைக் கடிக்கும் சத்தம் கேட்டது.

"அதான் சொன்னேன்லே மருத்தூர்மலை மன்னன்."

"மன்னனுக்குப் பேரில்லயா?"

"இனிமேதான் கேக்கணும். அவன் வரட்டும் கேட்டுச் சொல்றேன்" என்று சொல்லிவிட்டு வந்த சிரிப்பை அடக்கிக் கொண்டாள்.

அவன் தலைகாணிகளை அடுக்கி வைத்து, கட்டில் மேல் சாய்ந்தவாறு உட்கார்ந்து ஜன்னல் வழி வெளியே பார்த்தான். அவளும் வெளியே உள்ள இருட்டைப் பார்த்தாள். எல்லோரும் தூங்கும் நேரமிது. தூக்க மற்றவர்களும் தூங்க முடியாதவர்களும் இருக்கக் கூடும். ஆனால் கொட்டாவிவிட்டுக் கொண்டே, வேண்டு மென்றே தூங்காமல் விழித்துக் கொண்டிருப்பவர்கள் இங்கே தான் இருக்கிறார்கள். நானும் தூங்க மாட்டேன். உன்னையும் தூங்கவிட மாட்டேன் என்று கறுவிக் கொண்டிருப்பவர்கள். சோறும் கீரை போட்ட குழம்பும்

வறுத்த மீனுமிருக்கச் சாப்பிடாமல் இரவைப் பசியுடன் போக்கிக்கொண்டிருக்கும் இருவர். இருள் பார்த்துக் கொண்டு மனத்தையும் இருட்டாகிக் கொண்டிருக்கும் இருவர்.

அந்த இருட்டில் ஓரிடத்தில் இருள் மெல்ல விலகி அரையிருட்டாக அவள் கண்ணுக்குத் தெரிய ஆரம்பித்தது. அந்த அரையிருட்டில் புகை படிந்த சித்திரம் போல் சிறு குளம் போன்ற ஒரு நீர்நிலை தென்பட்டது. அதில் வலுவான இரு கரங்கள் மேல் கவிழ்ந்து படுத்துக் கொண்டு கைகால்களை நீரிலடித்து நீச்சல் பழகும் ஒரு பெண் குழந்தையை அவள் கண்டாள். பின்னர் அந்தக் குழந்தையைக் குளக்கரை படிக்கட்டில் உட்கார வைத்துவிட்டு, அந்தக் கரைக்கும் இந்தக் கரைக்குமாக ஆனந்தமாக நீச்சலடிக்கும் ஒருவர், அவரால் நீரில் மூழ்கிவிட முடியுமா.

அவளுக்கு உடல் நடுங்கிற்று. மனத்தைப் பாறாங்கல் அழுத்துவதுபோல் தோன்றிற்று. அவள் வாய்திறந்து மூச்சை இழுத்துவிட்டாள். இது தாங்க முடியாததுதான். வாழ்வு முடியும்வரை தொடரப் போவதுதான்.

அவன் எழுந்து உட்கார்ந்தான். என்ன செய்யப் போகிறேனோ? எதையாவது எடுத்துத் தாக்குவானோ? அவனது ஒரு காலில் கட்டுப் போடப்பட்டுள்ளது. வலக் கையில் சிராய்ப்பு. இன்னொரு காலில் வீக்கமுள்ளது. இதெல்லாம் முந்தின நாளில் கீழே விழுந்தபோது கிடைத்தது. அவனைப் பார்க்கையில் அவளுக்கு மிகுந்த வேதனை தோன்றியது.

அவன் முன்பெல்லாம் இப்படி இருந்ததில்லை. கறுப்பென்று சொல்லக்கூடிய நிறம். களையான முகம்.

அடங்காத சுருள் முடி. பரந்த நெற்றி. மழமழவென்று மீசையில்லாத முகம். உதடு சிரிக்குமுன்னே கண்கள் சிரிக்க ஆரம்பித்து விடும். ஆச்சரியமான ஒரு பார்வை, ஆராதனையுடன் ஒரு பார்வை, அழகை ரசிக்கும் ஒரு பார்வை. மெத்துமெத்தென்று கைகள், பெண்களின் கைகள் போன்று.

"இதென்ன நிறம் உனக்கு. கோதுமை நிறம். தாமரை இதழ் போன்ற கண்கள். வழவழவென்று கைகள். தோல் எப்படி இவ்வளவு மிருதுவாக இருக்கிறது. என்ன உயரம். என்ன ஒரு ஸ்டரக்ச்சர். நான் உனக்கு பொருத்தமே யில்லை"என்றெல்லாம் சொல்பவனாக இருந்தான்.

இப்போது எல்லாம் மாறிவிட்டது. வெல்டிங் பட் டறையில் வேலை செய்து இரும்பை எடுத்து எடுத்தோ என்னவோ கைகள் காய்த்துவிட்டது. வெயிலில் அலைந்து மேலும் நிறம் குறைந்தது. கண்கள் அரைக் கண்களாக இருக்கின்றன.

இது சாபம்தானோ, இந்தச் சாபம் தொடருமா. மனிதர்கள் சபித்தால் பலிக்குமா. அன்பானவர்கள் அப்படிச் சபித்து விடுவார்களா. அப்படிச் சாபம் போட வேண்டுமென்றால் அவர்கள் மனம் எவ்வளவு வேதனைப்பட்டிருக்கும்.

கட்டில்மேல் உட்கார்ந்திருந்தவன் மெதுவாக எழுந்து இரண்டடி நடந்தவன் தடுமாறினான்.

"சும்மா பாத்துக்கிட்டிருக்கியே. வந்து பிடிக்கக் கூடாதா" என்று அவளிடம் கோபமாகக் கேட்டுக் கொண்டே மறுபடியும் கட்டில்மேல் போய் உட்கார்ந்து கொண்டான். அவள் அசையவேயில்லை.

அவளை விழித்துப் பார்த்துக் கொண்டிருந்த அவனது முகத்தைக் காண அவளுக்கு யாரோ ஒருவரை, பழக்கமே யில்லாத யாரோ ஒருவரைப் பார்ப்பது போலிருந்தது. இந்த ஆள் யார்? இவனுக்கும் எனக்கும் என்ன உறவு. ஏன் இருவரும் ஒரே வீட்டில் இருக்கிறோம். "நீயின்றி நானில்லை"என்று ஆதரவாக கைபிடித்து அழைத்து வந்தவன் இவன்தானோ. அவன் எவ்வளவு அருமை யானவன். எவ்வளவு அன்பானவன். அழகானவன். எவ்வளவு பொறுப்பாக இருந்தான்.

"சொன்னதில்லை யாரும் என்னிடம்
உனக்காக மலர்கள் பறித்து வைத்துள்ளேன்.
ஒரு அன்புப் பாடலும் எழுதி வைத்துள்ளேன்.
தோழி வந்துவிடு.
ஒரு நிழல் தேடி அமரலாம் நாம்
எனச் சொன்னதில்லை யாரும் என்னிடம்
இதுவரையில் சொன்னதில்லை"

என்று பாடியபோது, "தோழி வந்து விடு. ஒரு நிழல் தேடி அமரலாம் நாம்" என்று கூறி கைபிடித்து அணைத்த படி அழைத்து வந்தவன் இவனோ?

அவளது சிந்தனைகளைக் கலைத்து விடும்படியாக அவனது சத்தமான கேள்வி அவளை நோக்கிப் பாய்ந்து வந்தது.

"யாரை வரச்சொல்லியிருக்கே சொல்லு."

அவள் சாவகாசமாக, "பச்சைமலை தாண்டி அவன் வந்து கொண்டிருக்கிறான். அவன் மலைமீது நடக்கும் போது பெரும் பாறைகள் உருண்டு கீழே விழுந்துவிடும். அவன் நடக்கும் வழியை அவைகள் சீராக்கி வைக்கும்.

சிறு கற்களும் பாதையை விட்டு விலகி விடும். முட்களெல்லாம் தானாகப் பாதையோரத்துக்குச் சென்று விடும். மண்பாதைகூட மெத்தென்றாகிவிடும். அவன் அவ்வளவு வலிமையானவன்" என்றாள்.

அவள் சொல்வதைக் கேட்கப் பிடிக்காமல் அவன் தலையை இடம் வலமாக ஆட்டிக்கொண்டு காதுகளுக்குள் விரல் விட்டுக் கொண்டான்.

"பைத்தியம், பைத்தியம். உனக்குப் பைத்தியம்தான் பிடிச்சிருக்கு" என்று கததினான்.

"இங்கு யார் பைத்தியம், நீயா? நானா? அல்லது இருவருமா?" அவளுக்குக் கண்கள் நிறைந்து வழிந்தன.

"பன்னீர் பூக்கள் பொறுக்கி நான்
செவ்வரளிகளுடன் சேர்த்து
பூக்கூடையில் வைத்துள்ளேன்.
உன்னை வரவேற்கத்தான்.
மேலும்
பவளமல்லிகள் பறித்து
நாரால் கட்டி சிறு மாலையாக்கி வைத்துள்ளேன்.
உன்னை அணிவிக்கத்தான்"

என்று நான் சொன்னதை நீ திருப்பி என்னிடமே சொன்னாய். மயங்கிப்போய் நின்றேன் நான். ஆமாம் மயங்கித்தான் நின்றேன்.

"பிடித்த வார்த்தைகள் சொன்னாய் நீ
பிச்சியாகிப் போனேன் நான்
பிச்சியாகிப் போனேன் நான்."

இதுவும் எங்கோ படித்த ஞாபகத்தில் மனத்தில் தோன்றியதுதான்.

அவள் கண்களைத் துடைக்க முற்படாமல் சும்மா இருந்தாள். பித்தம் குறைந்த ஆனால் தெளியாத நிலையில் காலம் நகர்ததி நகர்த்தி இவ்வளவு தூரம் கொண்டுவந்து விட்டது. அன்று பிச்சியானவள் இன்று படும்பாட்டை யாரறிவார் என்று நினைக்கையில் அவளுக்கு மீண்டும் அழுகை வந்தது.

சற்று குனிந்து சேலைத் தலைப்பால் கண்களைத் துடைத்துக் கொண்டாள். அப்போது அவளுக்குக் கழுத்து வலித்தது. தலையின் பின்புறம் வலித்தது. இடையில் ஒரு நாள் எதிர்பார்க்காதபோது அவன் தள்ளிவிட்டதால் தலையின் பின்பக்கம் சுவரில் போய் இடித்ததன் வலி. கீழ் முதுகுவலி இன்னமும் இருக்கிறது. அது அவன் காலால் மிதித்தபோது ஏற்பட்டது.

சென்ற மாதம் அவன் தடுமாறிக் கீழே விழுந்து சாலையோரம் கிடக்கிறான் என்று அவனது நண்பன் சொல்லிவிட்டுச் சென்ற பின் அவனாகவே எழுந்து வரட்டும் என்றுதான் அவள் காத்திருந்தாள். பின்னர் அவனைத் தேடி தெருவில் இறங்கியபோது அவன் எதிரே ஆடியாடி வந்து கொண்டிருந்தான். அவன் பின்னால் இரண்டு நாய்களும் குலைத்துக்கொண்டு கூட வந்தன. அவள் நாய்களைக் கல்லாலடித்து விரட்டிவிட்டு அவனைப் பிடித்தாள். அவன் அவளை உதறிவிட முயற்சிக்கையில் படிக்கட்டில் குப்புற விழுந்தான். ஒரு வழியாக அவனை இழுத்து வீட்டுக்குள் போட்டாள்.

“கெடக்கறதெப் பாரு” என்று முணுமுணுத்தாள். அவன் கோபத்துடன் எழ ஆரம்பித்தான். அவள் அவனைக் கட்டில் காலோடு சேர்த்துக் கயிற்றால் கட்டிப் போட்டு விட்டுச் சமையலறைக் கதவை உள்ளுக்குள் தாழ்

போட்டுவிட்டுப் படுத்துக் கொண்டாள். இப்போதுள்ள காயங்கள் இரண்டு நாள்கள் முன்னால் ஏற்பட்டவை. படிக்கட்டில் ஏறும்போது விழுந்து விட் டான். அவன் எந்த மருத்துவரிடமும் போகவில்லை. தானாகவே துணியைக் கிழித்துக் கட்டுபோட்டுக் கொண்டான்.

சாரதா பாட்டி வீட்டு மாடியில் குடியிருக்கும் நர்சிடம் கேட்டு அவள் கொடுத்த வலி மாத்திரைகளை அவனுக்குத் தந்தாள். அவன் வேண்டாம் என்று மறுத்து விட்டான். "எனக்கொண்ணும் வலிக்கலே, வேண்டாம், வேண்டாம்" என்றான்.

"இது வேண்டாம்டா கண்ணு. என்கென்னவோ சரியா வும்னு தோணலே. அவன் படிப்பெ முடிக்கலே. சரியான வேலயில்லே. ஃபாமிலி பாக்கிரவுண்டு சரியில்லே. நான் எல்லாம் விசாரிச்சுட்டேன். நம் உறவுக்காரங்க நம்மளெ ஒதுக்கி வச்சிருவாங்க. இந்த ஊரில இருக்க முடியாது. இது வேண்டாம்." மிகுந்த மனவேதனையோடுதான் அப்பா சொன்னார்.

"ஆமா கண்ணு, அப்பா சொல்றதெக் கேளு. இது வேண்டாம்" அம்மா பக்கத்திலமர்ந்து தலையைக் கோதி விட்டபடியே சொன்னாள்.

"எல்லாம் சரிதான். ஆனா அவன் ரொம்பவும் அன்பா இருப்பான். அவனுக்கு அம்மா கெடயாது. அப்பா மட்டும்தான். அவரு எப்பவும் அடிதடி சண்டென்னு போவாரு. அவனுக்கு நிம்மதியில்லை. நல்ல சாப் பாடில்லெ. சரியான தூக்கமில்லெ. அவனை அந்தச் சூழலிலிருந்து வெளியே கொண்டு வரணும். அவன் சின்னதா ஒரு ஜெராக்ஸ் கடை வச்சிருக்கான்பா.

என்னை நல்லா பாத்துப்பான்" என்றாள் அவள். ஆனால் யாரும் ஒப்புதல் அளிக்கவில்லை. பின்னர் அப்பா கடுமையான வார்த்தைகள் உபயோகித்தார். தோள் மேலேற்றி தேரும் திருவிழாவும் காட்டித் தந்த அப்பா தான் அவளுக்குப் பிடித்தமானவர். கேட்பதெல் லாம் வாங்கித் தரும் அப்பா அம்மாதான் அவளுக்குப் பிடித்தமானவங்க. அவள் கோபம் காட்டினாள். பிடி வாதம் பிடித்தாள். தனக்குத் தோன்றுவதைச் செய்வேன் என்றாள். வெயிலின் சூடும் மழையின் குளிரும் ஒன்றும் அறியாமல் மனம் பித்தாகிக் கிடந்த காலம்.

தொலைதூர சிறுபட்டணத்தில் அவனது ஒரு நண்ப னின் உதவியுடன் கிடைத்த வேலை பார்த்துக் கொண்டு ஒண்டுக்குடித்தனம் நடத்தியபோது அவ்வப்போது சில சேதிகள் காதில் விழுந்தன. ஊர் சிரித்ததாம். உறவுகள் கேலி செய்ததாம். பெண்ணை ஒழுங்கா வளக்கத் தெரியலே என்று குற்றம் சாட்டினார்களாம். அவனுக்கு அப்படித்தான் வேணும், தன்னோட பெண்ணைப் பற்றி அவ்வளவு பெருமையாகச் சொல்லிக்கொண்டு திரிந்தானே என்று சிலர் சந்தோஷப்பட்டார்களாம். அப்பா கடலில் குளிக்கப் போனவர் முழுகிப்போய் விட் டாராம். துணையை இழந்த அம்மா வேறொரு ஊரில் ஏதோ வேலையில் இருக்கிறாராம். அடிதடி சண்டையில் மும்முரமாக இருக்கும் அவனது அப்பா, தொலயுது போ என்று விட்டுவிட்டாராம். இன்னும் எவ்வளவோ.

சின்னஞ்சிறு மொட்டை மாடியில் நிலவும் நட்சத் திரங்களும் சாட்சியாக இருக்க அவனும் அவளும் அழுது தீர்த்தார்கள்.

சட்டென்று மின்சாரம் போய்விட்டது. இந்தப் புறநகர் பகுதியில் அடிக்கடி இப்படித்தான். அவள் இருட்டில் கண்களை விழித்து பார்த்துக்கொண்டு அசையாமல் உட்கார்ந்திருந்தாள். எழுந்து மேஜை மீதிருக்கும் சிறு விளக்கை ஏற்ற வேண்டும் என்று அவளுக்குத் தோன்ற வில்லை. விளக்கில் எண்ணெய் இருக்கும் என்று உறுதியாகச் சொல்ல முடியாது. மெழுகுவர்த்தி ஒன்று கூட இல்லை.

இது விளக்கில்லாத, ஒளியில்லாத வீடு. இருட்டு வீடு. இருட்டு வாழ்க்கை. இதிலிருந்து மீள வழி தெரியாத சூழ்நிலை. யாராவது சிறு ஒளியைக் காட்டி வழிபுரிபட வைப்பார்கள் என்று நம்புவதில் அர்த்தமில்லை. வழியை நாம்தான் கண்டுபிடிக்க வேண்டும் என்று எண்ணிக் கொண்டாள்.

அவன் தூங்கிவிட்டிருந்தால் நல்லது. இல்லையென் றால் எழுந்து நடந்துவிடக்கூடும். அவளுக்குப் பயமேற்பட்டது. மெதுவாக நகர்ந்து நகர்ந்தே எதிர்ப்புறச் சுவர் பக்கம் போய் அமர்ந்து கொண்டாள். அவன் எழுந்து நடந்து தடுமாறி தன்மேல் விழுந்து விடாமலிருக்க வேண்டுமே என்று கவலைப்பட்டாள்.

சாப்பிடப்படாத சோறும் கீரை போட்ட குழம்பும் வறுத்த மீனும் அவளைச் சங்கடப்படுத்திற்று. உடல்வலி அவளை அழவைக்கப் பார்த்தது. அவள் அழுகையை அடக்கிக் கொண்டாள்.

தூரத்தில் தடதடவென்ற சத்தத்துடன் ரயிலொன்றுப் போய்க்கொண்டிருக்கிறது. பக்கத்தில்தான் ரயிலடி. சில ரயில்கள் சில வினாடிகள் இங்கே நின்றுவிட்டுப்

போகும். சில பெருஞ்சத்தத்துடன் நிற்காமல் வேகமாகப் போய் விடும். இரவிலும் பகலிலும் பாய்ந்து செல்லும் ரயிலும் நீளமாகக் கிடக்கும் தண்டவாளங்களும் அடிக்கடி அவளை வா வா என்றழைக்கும். அவள் பார்த்துக் கொண்டே இருப்பாள்.

தடதடத்துப் போகும் ரயிலைச் சின்ன வயதில் ஆவென்று பார்த்துக் கொண்டிருந்தது போலல்ல இது. அரைப் பாவாடை சட்டையுடன் பக்கத்து வீட்டுச் சந்தைத் தாண்டி ஓடி கமலா மாமி வீட்டுப் புழக்கடை மதில்சுவர் மேல் ஏறி நின்று எம்பி எம்பி பார்த்துக் குதூகலித்த காலமல்ல இது. இது வேறு ஜன்மம்போல் தோன்றுகிறது. இந்த வீட்டுப் பின் கதவைத் திறந்தால் தூரத்தில் ரயில் போவதைக் காணலாம்.

என்றாவது ஒரு நாள் ஏதாவது ஒரு ரயில் தண்ட வாளத்தைவிட்டு விலகி இந்த வீட்டை நோக்கி ஓடி வரலாம். வரவில்லையென்றால் அதைத் தேடிச்சென்று விடவேண்டியதுதான். கொதிக்கும் வெயிலிலும் பெரு மழையிலும் கிடக்கும் தண்டவாளங்களைக் காணும் போது கண்ணெடுக்காமல் பார்த்துக்கொண்டு நிற்பாள். தினமும் தண்டவாளத்தைத் தாண்டித்தான் மிளகாய்த்தூள், மல்லித்தூள் போன்றவை பாக் செய்யும் கம்பெனிக்குப் போக வேண்டும். சாரதா பாட்டி வீட்டுக்கு அவ்வளவு தூரம் போக வேண்டியதில்லை. தண்டவாளங்களைக் கடக்கும்போது அவள் வேகவேகமாகக் கால்களெடுத்து வைப்பாள்.

வெளியே மழை பெய்யும் இரைச்சல் கேட்டது. இருட்டில் மழை காண முடியவில்லை. மெலிதான இசை போன்று மழைச்சத்தம் கேட்டுக் கொண்டிருந்தது.

இந்த மழை பலமாகப் பெய்யக்கூடும். சற்றே பள்ள மான இந்த ஏரியாவில் சீக்கிரம் நீர் நிரம்பிவிடும். நாலா பக்கங்களிலிருந்தும் நீர் இங்கே ஓடி வரும். பக்கத்தில் இருக்கும் ஏரி ஏதாவது உடையக்கூடும். நீர் பெருக்கெடுத்துப் பாய்ந்து இந்த வீட்டை மூழ்கடித்துச் செல்லவும் வாய்ப்புள்ளது. கட்டில்மேல் ஒரு ஆண் கை கால்களில் கட்டுப் போட்டுக் கொண்டு அரை நினைவுடன் படுத்துக் கிடப்பதையோ, வீக்கம் வந்த காலை தடவியபடி செய்வதறியாது விழித்துக் கொண்டிருக்கும் ஒரு பெண் இருப்பதையோ குறித்து கவலைப்படாத நீர் வீட்டை மூழ்கடிப்பது பற்றி அவள் பயப்படவில்லை. இதில் பயப்பட என்ன உள்ளது. ஒன்று பெருவெள்ளத்தை நோக்கிப் போக வேண்டும். அல்லது பெருவெள்ளம் அதுவாகவே இங்கே வர வேண்டும். அவளுக்கு எந்தப் பயமும் தோன்றவில்லை.

அவள் வெளியே பார்த்தாள். கண்ணைப் பறிக்கும் மின்னல் தெரிந்தது. வீட்டைச் சுற்றி தேங்கி நிற்கும் நீர் பெருகிப் பெருகி ஜன்னல் வழி உள்ளே வரக் கூடும். எழுந்து நின்று கம்பியில் பிடித்தாள். கம்பியில் பிடித்த கை விரல்களைக் குளிர்ந்த நீர் தொட்டதுபோல் உணர்ந்தாள். அவள் சற்று நேரம் அசையாமல் நின்றாள்.

சட்டென்று மின்சாரம் வந்தது. வெளியே தூறலாக விழும் மழை கண்டாள். ஒரு பெருமூச்சுடன் அவனைப் பார்த்தாள். அவன் தூங்குகிறான்.

எல்லோரும் தூங்கும் நேரமிது. குழந்தை ஸ்ரீஹரி தூங்குகிறானாயிருக்கும். பாட்டி பக்கத்தில் படுக்க வேண்டும் என்று அடம்பிடித்தானா என்பது தெரிய வில்லை. அப்படியெல்லாம் அடம் பிடிப்பதில்லை என்றுதான் தெரிகிறது. அவன் தூங்கட்டும் அமைதியாக.

சில மாதங்களுக்கு முன்பொரு நாள் சாயங்காலம் பள்ளிவிட்டு வந்து வழக்கம்போல் முத்தம் கொடுத்தபோது சாக்லேட் வாசனை வந்தது. ஏதுடா சாக்லெட் என்றதற்கு குழந்தை சீருடை மாற்றுவதில் மும்முரமாக இருந்து விட்டு, பின்னர் என்ஃபிரண்ட் தந்தான் என்றான்.

இன்னொரு நாள் லஞ்ச் பாக்ஸில் ஒரு இனிப்பு பணியாரத்தின் சிறு துண்டொன்று கிடந்தது. அதையும் ஃபிரண்ட் தந்தான் என்றான். பலநாள்களில் லஞ்ச் பாக்ஸ் சரியாக கழுவப்படாமல் அல்லது மீதிச் சாப்பாட்டுடன்தான் அவன் கொண்டு வருவது வழக்கம். இப்போதெல்லாம் சுத்தமாக கழுவப்பட்டிருக்கிறது.

"இப்பெல்லாம் நீ ஒழுங்கா சாப்பிடற போலிருக்கே" என்று அவள் சொன்ன போது, "ஆமம்மா" என்று மிகவும் சமர்த்தாக ஒத்துக்கொண்டு மேற்கொண்டு பேச்சைத் தொடராமல் வேறு பேச்சுக்கு மாறிவிட்டான். அவளுக்கு என்னவோ உள்ளுக்குள் நெருடிற்று.

மின்சாரம் வந்து வெளிச்சம் பாய்ந்ததாலோ என்னவோ அவன் கண் விழித்துக் கொண்டான். அவளைச் சற்று நேரம் வெறித்துப் பார்த்தான். எழுந்துகொள்ள முடியாது என்று தோன்றியதாலோ என்னவோ அவன் கட்டில்மேல் படுத்தவாறே வலியில்லாமலிருந்த ஒரு காலை நீட்டி, பக்கத்தில் கிடந்த நாற்காலியை அவளை நோக்கித் தள்ளிவிட்டான். அது அவளது கால் பக்கம் வந்து நின்றுவிட்டது. அவள் காலை இழுத்துக் கொண்டாள். காலை இழுத்துக் கொண்டதால் வீங்கிய கால் வலித்தது.

அவளுக்குக் கோபம் வந்தது.

"எங்காவது தொலஞ்சு போயேன்" என்றாள் ஆத்திரத் துடனும் எரிச்சலுடனும்.

உடனே அவனும் கோபத்தில், "நான் ஏன் தொலஞ்சு போணும். அவனை இங்கெ வரச் சொல்லியிருக்கியா?" கத்தினான்.

அவனது கத்தலும் கோபமும் வார்த்தைகளும் அறைக் குள் சுற்றிக்கொண்டு சுவர்கள் மேல் மோதி அலைந்து கொண்டிருந்தன. அவள் எதையும் பொருட்படுத்த வில்லை. அவன் தாக்க வராதிருக்க வேண்டுமே என்று மட்டும் கவலைப்பட்டாள்.

ஒருநாள் இரவு உணவூட்டும்போது குழந்தை கேட்டது. "வீட்லெ பாத்து வக்கற கல்யாணம் நல்லதா தானா? பாத்துப் பண்ணிக்கிற கல்யாணம் நல்லதா? தானாப் பாத்துப் பண்ணிக்கிற கல்யாணம் நல்லதா?" இது அவனா கேட்ட கேள்வியில்லை. இது யாருடைய பேச்சிலிருந்தோ குழந்தைக்குக் கேட்கத் தோன்றிய கேள்வி. ஏனோ குழந்தை பதிலுக்காக அடம்பிடிக்கவில்லை.

பின்னர் தான் ஒரு நாள் காலையில் சாரதா பாட்டி வீட்டுக்குப் போய்விட்டு தான் வேலை பார்க்கும் மல்லித்தூள், மிளகுத்தூள் பாக் பண்ணுகிற கம்பனியில் மத்தியானம் கொஞ்ச நேரம் அனுமதி கேட்டு குழந்தை படிக்கும் பள்ளிக்குச் சென்றாள். முன்பக்கத்துப் பெரிய கேட் பூட்டியிருக்க, சின்ன கேட் வழியாக உள்ளே நுழைந்து ஆங்காங்கே குழந்தைகள் உட்கார்ந்து சாப்பிடும் இடத்துக்குச் சென்றாள்.

ஒரு மரத்தடி நிழலில் நீளமாகக் கிடந்த சிமெண்ட் கம்பத்தின்மேல் குழந்தை உட்கார்ந்திருக்க அவனை

அணைத்தவாறு உணவூட்டிக் கொண்டிருந்த பெண் மணியின் பக்கவாட்டுத்தோற்றம் கண்டு திடுக்கிட்டாள் அவள். பக்கத்தில் நிழல் தெரிந்தோ என்னவோ குழந்தை முதலில் திரும்பிப் பார்த்து, "ஹாய் அம்மா" என்றான் சிரிப்புடன். அவனை அணைத்திருந்த பெண்மணி திரும்பினாள். "அம்மா" என்று கத்திக் கொண்டே அவள் போய் அம்மாவின் முதுகின்மேல் விழுந்தாள். எச்சிற் கை படாமல் அம்மா அவளை அணைத்துக் கொண்டாள்.

குழந்தைக்கு கை, வாய் கழுவி வகுப்புக்கு அனுப் பியபின், பள்ளி வளாகத்தின் வெளியே வந்து பேருந்து நிறுத்தத்தில் ஷெட்டின் ஓர் ஓரமாக உட்கார்ந்து அம்மா அவளை கை, முகம், தோள்கள் என்று வாஞ்சையுடன் வருடினாள். இருவரும் நிறைய ஒன்றும் பேசவில்லை. இருவரும் அழுகையை அடக்கிக் கொண்டிருந்தனர். ஓரிருவர் பேருந்துக்காகக் காத்து நின்றனர். அப்போது வெயில் எரிந்து கொண்டிருந்தது.

"நான் நல்லாருக்கேம்மா" என்றாள் அவள்.

"எனக்குத் தெரியும்மா" என்றாள் அம்மா.

சற்று நேரம் பொறுத்து, "குழந்தையைக் கஷ்டப் படுத்தக் கூடாது. நீயா தேர்ந்தெடுத்த வாழ்க்கை. என்ன வேணும்னு நீயே முடிவெடுத்திரு. குழந்தையை நான் பாத்துக்கறேன்" என்றாள். பக்கத்தில் ஒரு விடுதியில் வார்டனாக இருப்பதாகவும், தனி வீடு உண்டு என்றும் குழந்தையை வளர்ப்பது ஒன்றும் தனக்குக் கஷ்ட மில்லை என்றும் சொன்னாள்.

சீருடைகள், துணிமணிகள், விளையாட்டுச் சாமான் கள் எல்லாம் அடங்கிய பையுடன் கொஞ்சம் அழுகையும்

கொஞ்சம் நிம்மதியுமாகக் குழந்தை பாட்டியிடம் போயிற்று. அவ்வப்போது அவள் போய் பார்க்கும்போது குழந்தை சந்தோஷமாக இருப்பது கண்டு அவள் நிம்மதி யடைந்தாள். பொட்டில்லாத அம்மாவைப் பார்த்து குற்ற உணர்வுடன் அழுதாள்.

அவள் எழுந்து நின்று சோம்பல் முறித்தாள். கொட்டாவி விட்டாள். மேஜை மீதிருக்கும் பாத்திரங்களைப் பார்த்தாள். தனக்கு வேண்டியதைச் சாப்பிடடு விட்டால் என்ன என்று யோசித்தாள். முன்னொரு நாள் அப்படி அவன் சாப்பிட வேண்டாம் என்றும் சாப்பிட விட மாட்டேன் என்றும் சண்டை போட்டுக் கொண்டிருந்த போது, "எனக்குப் பசிக்கிறது. நான் சாப்பிடப் போறேன். உனக்குப் பசிக்கறப்ப நீ சாப்பிடு" என்று கூறி உணவைத் தட்டில் போட்டுச் சாப்பிட்டுக் கொண்டிருந்தாள்.

அதைப் பார்த்துவிட்டு வெளியே சென்றவன், சட்டென்று தெருவில் கிடந்த ஒரு கண்ணாடித் துண்டை எடுத்துக் கொண்டு உள்ளே வந்து கண்ணிமைக்கும் நேரத்தில் அவளது ஒரு கையைப் பிடித்திழுத்துக் கீறி விட்டான். அவள் ஓவென்று கத்தியவாறே ஒரு வழியாகக் கையை விடுவித்துக் கொண்டாள். வெள்ளை வெளேரென்ற கையில் ரத்தம் பீறிட்டு வருவது கண்டு அவன் ஆனந்தமாகச் சிரித்தான். அவள் அவனைப் பிடித்துத் தள்ளிவிட்டு ஒரு துண்டை நீரில் நனைத்துக் காயத்தில் கட்டிவிட்டு பெரியாஸ்பத்திரி நோக்கி விரைந்தாள். ஆனால் வழியில் சாரதா பாட்டிவீட்டு மாடியில் குடி யிருக்கும் நர்சு வேலை பார்க்கும் தனியார் மருத்துவ மனையைக் கண்டதும் அதற்குள் நுழைந்தாள். கட்டுப் போட்டு ஊசி போட்ட பின் பில் கொடுத்தார்கள். அவள்

பி. உஷாதேவி ❈ 81

தனது கம்மலைக் கழட்டி பில் கட்டும் கவுண்டரில் வைத்தாள். "பணம் கட்டுங்க" என்றார் அங்கிருந்த ஒருவர் சிரிக்காமல்.

நர்சிடம் சென்று கம்மலைக் கொடுத்தாள். அதைப் பிரதான மருத்துவரிடம் எடுத்துச் சென்றாள் நர்சு. பின்னர் அவளையும் அழைத்துச்சென்று அவரிடம் பேசச் சொன்னாள்.

கருணை ததும்பும் கண்களுடனிருந்த, வயதான அந்த மருத்துவரை அவளுக்குத் தெரியும். அவருக்கும் அவளைத் தெரியும். அவனைக் குறித்தும் தெரியும். அவரது காதில் விழுந்த சில விஷயங்களை அவளைக் கேட்டு அவர் தெளிவுபடுத்திக் கொண்டார்.

நரைத்த தலையைத் தடவியவாறு அவர் பேச ஆரம்பித்தார்.

"உன் வாழ்க்கையை நீதான் சரி செய்துக்கணும்" என்று துவங்கி, திருத்த முடியாத அளவுக்கு அவனது குணம் மாறிவிட்டிருக்கிறது. உடல் நலம் மிகவும் பாதித்துள்ளது. மனநலம் அதைவிட மோசமாக இருக்கிறது. அவன் தன்னைத்தானே அபாயப்படுத்திக் கொள்ளக் கூடும். அல்லது உன்னை ஏதாவது செய்துவிடுவான். உன் உயிருக்கும் வாழ்க்கைக்கும் எந்தப் பாதுகாப்பும் கிடையாது. டி அடிக்ஷன் சென்டருக்கும் நீ அவனைக் கூட்டிக் கொண்டுபோய் காண்பித்தாகிவிட்டது. அதன் அனுபவங்கள் உனக்கு நல்ல ஞாபகமிருக்குமே. ஆக" என்று பல விஷயங்கள் சொல்லிச் சொல்லிக் கடைசியில், "இப்போதைக்கு நீ உன் அம்மாகிட்டெ போ. உனக்கு குழந்தையை வளர்க்க வேண்டியுள்ளது. இப்ப உனக்கு

ஒரு சப்போர்ட் வேணும். அவன் தானா திருந்தட்டும். இது நான் சொல்றது. ஆனா முடிவு நீதான் எடுக்கணும்" என்று முடித்தார்.

"அம்மா ஊரை விட்டே போயிட்டாங்கன்னு கேள்விப் பட்டேன்" என்றாள் அவள்.

"தேடு. தேடிக் கண்டுபிடி." அவர் தைரியம் கொடுத்து அவளை அனுப்பி வைத்தார். அந்த நாள்களில் அவள் அம்மாவைக் கண்டிருக்கவில்லை.

தோழியான யமுனாவும் இதைத்தான் சொன்னாள்.

"செய்தது தப்பாயிடுச்சின்னு தோணிச்சுன்னா, அதி லேருந்து வெளியே வந்திரு. வெளியே வரத்துக்கான வழியைத் தேடு. அதுக்குள்ளேயே அமிழ்ந்து கிடக்காதே. நீ உன் அம்மா கிட்டெப் போ."

யமுனாவும் கிரீஷும் வீட்டிலுள்ளவர்களின் சம்மதமில் லாமல்தான் கல்யாணம் பண்ணிக் கொண்டார்கள். ஆனால் முதல் அதிர்ச்சிக்குப்பின் எல்லோரும் சாதா ரணமாக எடுத்துக்கொண்டு விட்டனர். இருவரும் உழைக் கிறார்கள். ஓரளவு நல்ல வருமானம்.

"நான் அவனெ நல்லா பாத்துக்கறேன். அவன் என்னை யும். எங்க லைஃபை நல்லபடியா கொண்டுபோக வேண் டியது எங்களோட பொறுப்பு. இப்பல்லாம் எங்க வீட்லருந்து எப்பவாச்சும் யாராவது வருவாங்க. நாங் களும் அதுபோல" என்றாள் யமுனா. கூடவே ஒருசில யோசனைகளையும் சொன்னாள். நர்சம்மா திருப்பிக் கொடுத்த கம்மலைக் காதில் போட்டுக் கொண்டு திரும்பி நடந்தபோது கைபேசியில் யமுனாவிடம் பேசினாள்.

பின்னர் ஒரு நாள் யதேச்சையாகக் குழந்தை படிக்கும் பள்ளியில் அம்மாவைக் கண்டதையும் குழந்தையை அம்மாவிடம் விட்டதையுமெல்லாம் அவள் யமுனாவிடம் பகிர்ந்து கொண்டாள்.

அடிக்கடி கைபேசியில் பேசிக் கொண்டிருப்பது யாரிடம் யாரிடம் என்று கேட்டு அவன் அவளுக்குத் தொல்லை கொடுத்துக் கொண்டிருந்தான். ஒரு நாள் அவள் கைபேசியை வலுக்கட்டாயமாகப் பிடுங்கி எடுத்து எங்கோ ஒளித்து வைத்து விட்டான். கேட்டபோது விற்று விட்டேன் என்று சொல்லிவிட்டான். சில பேருடைய எண்கள்தான் ஞாபகத்திலிருக்கிறது அவளுக்கு.

இப்போது அவன் எழுந்து உட்கார்ந்திருக்கிறான். அவளையேதான் வெறித்துப் பார்த்துக் கொண்டிருக்கிறான். அவன் ஏதாவது கேட்பான் என்று அவளுக்குத் தோன்றியது. அதுபோலவே அவன் கேள்வியைத் தூக்கி எறிந்தான்.

"யாரவன் சொல்லு. இன்னும் வரலயா?" தூக்கத்தின் இடைவெளிகளோ நேரமோ சரியாக அவன் தலையில் ஏறாததாலோ என்னவோ அவனுக்கு மணிக்கணக்கு, நேரக்கணக்கு ஒன்றும் புரிவதில்லை.

"அவனது பாய்மரக் கப்பல் கடலலைகளில் ஆடி ஆடி வந்து கொண்டிருக்கிறது. ஏலேலோ எனும் பாட்டு கேட்கிறதா உற்றுக்கேள். கடலின் இரைச்சல் போன்ற சங்கீதம் கேட்கிறதா"என்று திருப்பிக் கேட்டாள் அவள்.

முன்னர் அவளது கவிதைகளையும் வசன கவிதைகளையும் ரசித்தவனைத் திரும்ப கொண்டுவர வேண்டும் என்று அவள் விரும்பினாள்.

ஆனால் அதற்கெல்லாம் வெளியே வெகு தூரத்தில் நின்றான் அவன்.

மீண்டும் கத்தினான்.

"யாரவன் சொல்லு. உனக்குத் தனியா போகல்லாம் தெரியாது. யாரவன் சொல்லு சொல்லு."

அவள் சாய்ந்திருந்த சுவர்மேல் காரை பெயர்ந்திருந்ததை விரலால் தொட்டுப் பார்த்தாள். அவன் மீண்டும் கோபமாக அதே கேள்வியைக் கேட்டான். அவள் மௌனம்காத்தாள். விரலால் காரையைப் பிய்த்துக் கீழே போட ஆரம்பித்தாள்.

"எங்கே வரச் சொல்லியிருக்கே? ரயிலடிக்கா? பஸ் ஸ்டான்டுக்கா?" அவனது கத்தலுக்குச் செவி சாய்க்காமல் அவள் காரையைப் பிய்த்தெடுத்துக் கொண்டிருந்தாள். நகக்கணுக்களின் வலியை அவள் சட்டை செய்யவில்லை. உள்ளுக்குள் கோபம் பெருகிக் கொண்டிருந்தது. ஊரில் பலர் சூட்டிய பெயரை அவனும் அடிக்கடி உச்சரிப்பது அவளுக்கு ஞாபகத்தில் வர அவளுக்கு எரிச்சலும் கோபமும் கூடியது.

"இல்லன்னா அவன் ரயிலடிக்கு வரச் சொல்லி யிருக்கானா?"

அவன் விடாமல் கத்திக் கேட்டான். கட்டில் கீழ் அவனது செருப்பு கிடந்ததைப் பார்த்துக்கொண்டிருந்தாள் அவள்.

பழைய செருப்பு. எப்போது வேண்டுமானாலும் அறுந்து போய்விடலாம் போன்ற மகா பழைய செருப்பு. அது அவளுக்குக் கையெட்டும் தூரத்தில்தான் கிடந்தது.

பி. உஷாதேவி ※ 85

"ரயிலடிக்குத்தான் இருக்கும். நான் ரயிலடிக்கு வரச் சொன்னபோது ஓடி வந்தவதானே நீ" என்றான் பரிகாசத் துடன். சிறிதும் பெரிதுமான கூரான கற்கள், தலை, கை, கால், வயிறு என உடலெங்கும் வேகமாக வந்து வீழ்ந்தன. ஆழமான காயங்களை ஏற்படுத்தின. காயங்களிலிருந்து குருதி வேகமாக வெளியே கிளம்பி வந்து வழிய ஆரம் பித்தது. அவள் தன் உடலிலிருந்து வழியும் ரத்தத்தைப் பார்த்தாள். அது பெருகிப் பெருகிச் சிறு சிறு குளங்களாகக் கட்டி நின்றன. சில கணங்கள்தான். அவள் கை நீட்டி அவனது செருப்பை எடுத்து அவனது கட்டுப்போட்ட கால் நோக்கி வீசியெறிந்தாள். அவன் காலைப் பிடித்துக் கொண்டு ஆவென்று வலியால் கத்தினான். இன்னொரு செருப்பை எடுத்து அவள் தனது வீக்கம் கொண்ட காலில் எறிந்தாள். வலியை வெளிக்காட்டாமல் சகித்தாள்.

அவன் அப்படியே கட்டில்மேல் சுருண்டு படுத்துக் கொண்டான். அவள் எழுந்து காலை இழுத்து இழுத்து நடந்து சமையல் கட்டுக்குள் நுழைந்தாள்.

சற்று முன் பெய்த மழையில் உடைந்த ஓர் ஓடு வழி யாக மழை நீர் உள்ளே விழுந்து ஆங்காங்கே கோணல் மாணலாகக் கோடுகளாக கிடந்தது. ஒரு பக்கமாகப் பார்க்கும்பொழுது அது சிறு சிறு பாம்புகள் ஊர்வது போல் தோன்றியது. பார்த்துக் கொண்டிருக்கையிலேயே அவைகள் இரண்டு நான்காகி, நான்கு எட்டாகி, எட்டுப் பதினாறாகி அந்தச் சிறு அறையெங்கும் அலைய ஆரம் பித்தன. அவைகளில் எது வந்து தன்னைத் தாக்கப் போகிறது என்கிற கேள்விதான் அவளுக்குள் எழுந்தது. எது தாக்கினாலும் ஒன்றுதான் என்று தனக்குள் முணு முணுத்துக் கொண்டாள்.

அவள் நின்றவாறே சுற்றிலும் பார்த்தாள். சமையலறையாக இருக்கும் நீளமான அறையில் சுவரோரமாகக் கொடியில் தொங்கிக் கிடக்கும் துணிகள், அழுக்குச் சுவர், அடுப்படிமேல் கழுவாத பாத்திரங்கள், சுவர் ஷெல்பில் காலியானதும் ஏதோ கொஞ்சம் பொருட்களிருப்பதுமான ஒரு சில டப்பாக்கள்.

தரையில் விழுந்து கிடக்கும் கீரைத்துணுக்குகள், வெங்காயச் சருகு, பூண்டின் தோல், தாளிக்க எடுத்தபோது கையிலிருந்து கீழே விழுந்துவிட்ட மிளகாய் வற்றல், நீர் சொட்டிக் கொண்டிருக்கும் லீக்கான பைப், இன்ன பிற. வேலை செய்துகொண்டிருந்த போதுதான் அவன் வந்தான்.

அவள் பாத்திரங்களையெல்லாம் கழுவி வைக்க வேண்டிய இடத்தில் வைத்தாள். அடுப்படி பக்கமிருந்த டப்பாக்களையும் பாத்திரங்களையும் அதனதன் இடத்தில் வைத்து ஒழுங்குபடுத்தினாள். தரையைக் கூட்டி வாரி சுத்தப்படுத்தினாள். குப்பையை அள்ளிக் கூடையில் போட்டாள். கொடியில் தொங்கிக் கொண்டிருந்த துணிகளை ஓரளவுக்கு மடித்து அதிலேயே போட்டாள். அவனது துணிகளைத் தனியாகப் போட்டாள்.

தன்னுடைய உடையைச் சரி செய்தாள். தலையைச் சும்மா கையாலேயே வாரி கொண்டை போட்டாள். சின்னதாகப் பொட்டு வைத்துக் கொண்டாள். ரயிலடிக்குப் போகும் சாதாரண பயணியாகத் தெரிகிறோமா என்று பீரோ கண்ணாடியில் பார்த்துக் கொண்டாள்.

ஒரு தோள் பை தேடியெடுத்து ஒரு சில புடவை துணிமணிகளைத் திணித்தாள். மளிகைக் கடை பில்லின்

பி. உஷாதேவி ❋ 87

பின்பக்கம் யமுனாவின் கைபேசி எண்ணை கையிலகப் பட்ட பென்சிலால் எழுதிக் கொண்டாள்.

யமுனா சொல்லியுள்ளாள்; "நான் அந்த அம்மாகிட்டெ எல்லாம் சொல்லியிருக்கிறேன். அவங்க ரொம்ப நல்லவங்க. நீ அங்கெ போயிரு. போனப்புறம் அவங்க என்ன சொல்லுவாங்களோ அதுமாதிரி செய்யலாம். ஆனா நீ யோசிச்சுக்கணும். எது உனக்கு நல்லதுன்னு படுதோ அதைச் செய். அவங்க ரொம்ப ஸர்வீஸ் மைண்டட். ஒருவேலைதான் உனக்கிப்ப உடனடித் தேவை. நீ போணும்கறதுதான் முக்கியம்." கடுமையான இருட்டில் ஒரு சின்ன மின்மினி ஒளியாக இப்போதைக்கு அது மட்டும்தான் இருக்கிறது.

மறுபடியும் முன்னறைக்கு வந்தாள் அவள். அவன் குறட்டை விட்டபடி தூங்கிக் கொண்டிருந்தான். அவன் படுத்திருக்கும் கட்டில் பக்கமுள்ள சுவர்மேல் சித்திர மொன்று மாட்டப்பட்டிருந்தது. அலையடிக்கும் நீரில் தத்தளித்துக்கொண்டு மிதந்து கொண்டிருந்த தோணியின் சித்திரம். கறுப்பும் கருநீல வண்ணவுமாகச் சித்திரமிருக்க தோணியில் என்ன உண்டு, ஆட்கள் உண்டா என்பதொன்றும் தெரியவில்லை. இந்தத் தோணி கரை சேருமா, எப்படி எப்போது கரை சேரும், யார் சேர்த்து விடுவார்கள், தானாகப் போய்ச் சேர்ந்து விடுமா என்றெல்லாம் அவளும் அவனும் முன்பு சர்ச்சை செய்ததெல்லாம் அவளுக்கு நினைவில் வந்தது.

நீளமாகத் தலை பின்னலிட்டு மல்லிகைப்பூ வைத்து அழகான வண்ணங்களில் உடுத்திக்கொண்டு அவன் முன் வந்து நிற்கும்போது உனக்கு நான் பொருத்தமில்லே என்று சொல்லிக் கொள்வான். பின்னர் அவள் அழகாக உடுத்திக்

கொள்வதை விட்டுவிட்டாள். அழகில்லை, அன்பு தான் முக்கியம் என்று அடிக்கடி சொன்னாள். அவளது அழகு அவனைப் பயமுறுத்துகிறதோ என்று அவள் பயப்பட்டாள். உடம்பை வருத்தும் வேலைகள் செய்தபின் தூங்க வேண்டும் என்பதற்காக நண்பனுடன் சேர்ந்து போதை வழியில் இறங்கினான். அவளை மறந்தான். அவளது கவிதைகளை மறந்தான்.

அவள் முன்னறை கதவை உள்ளே தாழ் போட்டாள். பின்னர் சமையலறை வழியாகப் பின்கதவு திறந்து சும்மா சாத்திவிட்டு, இருட்டில் இறங்கி ஒரு நிமிடம் நின்றாள்.

ஓலம் போன்ற ஒருவித அழுகுரல் வீட்டுக்குள்ளிருந்து வெளியே வர முடியாமல் சுவர்களில் முட்டிக்கொண்டு உள்ளேயே சுற்றிக்கொண்டு வருவதாக அவள் உணர்ந்தாள்.

மறுபடியும் உள்ளே வந்தாள். சொன்ன வார்த்தைகளும் சொல்லப்படாத வார்த்தைகளும் அறைகளுக்குள் ஆங்காங்கே அமர்ந்துகொண்டு வெளியே செல்ல வழி என்ன என்று யோசித்துக் கொண்டிருக்கின்றனவோ என்னவோ. ஒருவரை ஒருவர் இதமான வார்த்தைகளால் அன்பைப் பரிமாறிக்கொண்டும் பின்னர் வார்த்தைகளினால் கடித்துக் குதறிக் கொண்டும் அவமானப்படுத்திக் கொண்டும் எதிரிகளைப்போல் நடந்து கொண்ட காட்சிகளையும் அறைச்சுவர்கள் நினைத்துக் கொண்டிருக்கின்றனவோ என்னவோ.

உன்னைக் காலமெல்லாம் கண்கலங்காமல் பார்த்துக் கொள்வேன் என்று கூறி அழைத்து வந்தவன். உனக்கு நான் பொருத்தமேயில்லை என்று தாழ்வு மனப்பான்மையில்

உள்ளுக்குள் குமுறிக் கொண்டிருப்பவன். சந்தேகம் மட்டுமே உள்ளவன். கண்முன்னால் நிற்கும் போதெல்லாம் தாக்க வேண்டும், காயப்படுத்த வேண்டும் என்ற எண்ணம் கொண்டவன். சுயநினைவற்றிருப்பவன்.

வெனீஸ் நகரத்து வணிகனும், மருத்தூர்மலை மன்னனும், பச்சைமலை தாண்டி வருபவனும், பாய்மரக்கப்பலில் பயணம் செய்பவனும் எல்லாம் அவனேயன்றி வேறு யாருமல்ல என்று அறியவும் உணரவும் முடியாதவன். காதலையும் அன்பையும் மறந்தவன். உறவும் நட்புமில்லாதவன்.

பிரிவென்பது எவ்வளவு வேதனை தரும் விஷயம். அறையில் உள்ள கதவுகள், ஜன்னல்கள், சுவர்கள் எல்லாம் பார்த்தாள். முன்னறைக்குச் செல்லவில்லை அவள். குழந்தையின் ஒரு சில புத்தகங்கள் வைத்திருந்த சின்ன மேஜைமேல் அவள் அவ்வப்பொழுது மனத்தில் தோன்றுவதை கவிதைகளாக எழுதிவைக்கும் நோட்டு புத்தகம் கண்டாள். கையில் கிடைத்த பென்சிலால் எழுத ஆரம்பித்தாள்.

பாதையோரங்களில்
மிகவும் கவனமாக நாம்
பார்த்துச் செல்ல வேண்டும்.
ஒருவேளை நீயங்கு
நிற்கக் கூடும்
அல்லது, நானங்கு
நிற்கக் கூடும்.
வருகிறேன் என்று
சொல்லவில்லை
வரமாட்டேன் என்றும்

சொல்லவில்லைதான்.
நிச்சயிக்கப்பட்ட
பாதை வழியே
நீயும் நடக்கிறாய்
நானும் நடக்கிறேன்.
பாதை ஒன்றே தானா
வேறு வேறா
யாருக்குத் தெரியும்?
தனியில்லை பிரிவில்லை
சுமந்து செல்வேன்
நினைவுகளை.
நீயும் அப்படியே செய்
இனிமையான, பசுமையான
காலமொன்றிருந்தது, அது
நம்மை நடத்திச் செல்லட்டும்.
வழியிலெங்காவது
நாம் சந்திப்போம்.
பிரிவின் பெரும் துயரம்
என் கால்களைக்
கட்டிப் போடாதிருக்கட்டும்.
மறுபடியும் சந்திக்கும்
பாதை நோக்கி
நம் கால்கள் நகரட்டும்.

எழுதி முடித்து பென்சிலை அதன்மேல் வைத்தாள். ஒரு நெருப்புப் பெட்டியையும் வைத்தாள். அவன் நெருப்புப் பெட்டி தேடக்கூடும். இதைப் பார்க்கக் கூடும். பார்க்காமலுமிருக்கக் கூடும்.

அத்தைப் பெண் கிரிஜா கணவனுடன் ஒத்துப் போக முடியாது என்று சொல்லிவிட்டுப் பிறந்த வீட்டுக்கு வந்த

பின்னர் ரொம்ப நிம்மதியாக உணர்வதாகச் சொன்னாள். தானாகவே தன் படிப்பிற்கேற்ற வேலை ஒன்றையும் தேடிக் கொண்டாள். அத்தையும் மாமாவும் கவலைப் பட்ட போதும் அவள் கவலையில்லாதவள்போல் தான் காணப்பட்டாள். தன்னுடைய கணவன் குறித்து அவள் குறைகளையோ நிறைகளையோ ஒன்றும் யாரிடமும் சொல்லவில்லை. அந்தப் பேச்சைத் தவிர்த்து வந்தாள். "எங்களுக்குள் பொருத்தமில்லையடி" என்று மட்டும் இவளிடம் சொன்னாள். ஜாதகம் பார்த்து பத்துப் பொருத்தம் உண்டென்று கூறி நிறையச் செலவு பண்ணி செய்து வைத்த கல்யாணம் அது. மேலும் தனக்குத் தெரிந்த சில பேர் வாழ்க்கை குறித்தும் நினைத்துப் பார்த் தாள். பிரிவு சில பேருக்கு வேதனையும், சில பேருக்கு நிம்மதியும் தருவதாக இருப்பது எப்படி என்பது பற்றி சிந்திக்க ஆரம்பித்தவளை அவனது இடைவிடாத இருமல் திடுக்கிட வைத்தது.

யாருமற்ற இவனை இப்படியே விட்டுச் செல்வது சரியா என்ற கேள்வி மனத்திலெழுந்ததும் அவள் ஒரு கணம் தடுமாறினாள். இது அவனுக்கு நன்மை செய்யுமா?

யாருமற்றிருப்பது யார், நானா? அவனா? குழப்பமான சிந்தனைகளுடன் அவள் அறைக்குள்ளே அங்குமிங்கும் இரண்டு தரம் நடந்தாள். சுற்றுமுற்றும் இலக்கின்றிப் பார்த்தாள். இரண்டு நாள்களுக்கு முன்பு நீர் வைத்திருந்த சிறு சொம்பு போன்ற பாத்திரத்தைத் தூக்கி அவன் வீசியெறிந்தது காலில் பட்டு தரையில் உருண்டுபோய்க் கட்டிலுக்கடியில் விழுந்தது, இன்னமும் அங்கேயே தான் கிடக்கிறது. கால் வீக்கம் இன்னமும் குறையவில்லை.

ஒரு பெருமூச்சுடன் அவள் மளிகைக்கடை பில்லின் பின்பக்கத்தில் ஞாபகத்தில் கிடந்த மேலும் சில கைபேசி எண்களைகூட எழுதி மணிபர்சுக்குள் வைத்தாள். சாரதா பாட்டி வீட்டு மருமகள் தந்த பணத்தில் மீதமிருந்ததை எடுத்துக் கொண்டாள். மல்லித்தூள், மிளகாய்த்தூள் பாக் செய்யும் கம்பெனியில் ஒரு மாதச்சம்பளத்தில் முன்பணம் கொஞ்சம் வாங்கிவிட்டாள். மீதி வர வேண்டியுள்ளது. அவனிடம் பணமுள்ளதோ இல்லையோ, அவன் போய் வாங்கிக் கொள்ளட்டும்.

கண் விழித்ததும் அவன் என்ன செய்வான்? பெயர் சொல்லி இரண்டு மூன்று தரம் அழைப்பான். பொறுமை யற்றுப் போய் எழுந்து சமையல் கட்டுக்கு வந்து தேடுவான். காணாது போக வீட்டை ஒருதரம் சுற்றி வருவான். எங்க போய் தொலஞ்சா என்று சொல்லிக் கொண்டே வாசல்படியில் உட்காருவான். வரட்டும் என்ன பண்றேன் பாரு என்று கறுவிக் கொண்டு டீ கிடைக்க நேரமாகிறதே என்று கவலையும் கோபமும் கொள்வான்.

வசவுச் சொற்களுடன் கூடிய காத்திருத்தலின் முடிவில் மறுபடியும் வீட்டுக்குள்ளேயும் வெளியேயுமாக அலை வான். பின்னர் கையில் கிடைக்கும் பீடியோ சிகரெட்டு துண்டோ எடுத்துக்கொண்டு நெருப்புப் பெட்டி தேடு வான். கடைசியில் மேஜை மீதிருக்கும் நெருப்புப் பெட்டியை எடுப்பான். நெருப்புப் பெட்டியின் கீழ் வைக்கப்பட்டிருக்கும் பென்சில் பிரித்து வைக்கப்பட்ட நோட்டில் எழுதப் பட்ட எழுத்துகள் அவன் கண்ணில் படலாம். படாமலு மிருக்கலாம். பட்டாலும் அதைப் பெரிதாக எடுத்துக் கொள்ளும் அளவுக்கு அவனுக்கு மூளை செயல்படுமா என்பது தெரியாது.

ரொம்ப நேரம் காத்திருந்து பார்த்த பின்னர் மல்லித் தூள், மிளகாய்த்தூள் பாக் செய்யும் கம்பெனிக்குப் போய் விசாரிப்பானாயிருக்கும். சாரதா பாட்டி வீடு அவனுக்குத் தெரியாது.

பின்னர் என்ன செய்வான். அடிக்கடி, "நான் அப்பா கிட்டெ போயிருவேன். அப்பாகிட்ட போயிருவேன்" என்று சொல்வான். அப்படி அப்பாவிடம் போய்விடலாம் என்று முடிவெடுப்பானோ. அப்படி செய்தால் நல்லது.

என்ன செய்வான். என்ன செய்ய வேண்டும் என்று அவனது மூளை அவனுக்கு உபதேசித்தால் நல்லது. அவனது ஒன்றுவிட்ட அக்கா ஒருவர் விவாகரத்துப் பெற்று வீட்டில் இருக்கிறார். அந்த அக்காவிடம் அவன் அன்பாக இருப்பான். அந்த அக்காவும் அதுபோலவே. அங்கே போவானோ? யாரையும் சார்ந்தல்லாது அவனால் வாழ முடியாது.

அவள் மெதுவாக அவன் படுத்திருக்கும் கட்டிலருகே வந்து பார்த்தாள். அவன் முகத்தைச் சுவருடன் சேர்த்து வைத்துக் கொண்டு படுத்துள்ளான். போர்வையின் ஒரு நுனி முகத்தின்மேல் கிடக்கிறது. அவன் முகத்தை ஒரு தரம் பார்க்க வேண்டும் என்ற ஆசை நடக்காமல் போக அவள் திரும்பினாள்.

கண்ணீர் வழிந்து கொண்டே இருக்க, மிகுந்த மனவலி யுடன் அவள் தோள் பையுடன் சமையலறைக் கதவு திறந்து வெளியே இறங்கி கதவை சாத்திவிட்டுச் சொத சொதவென்று ஈரமாகக் கிடந்த மண்ணில் கால் பதித்து நடந்தாள்.

இப்போது மழை சுத்தமாக நின்றுவிட்டிருக்கிறது. முன்னரே போடப்பட்ட கோடு வழியாகத்தான் நடந்து

கொண்டிருக்கிறோம் என்று அவளுக்குத் தோன்றியது. ஆங்காங்கே வெளிச்சமிருந்தது. இப்போது நடப்பது அவ்வளவு சிரமமாகத் தெரியவில்லை.

அவள் ரயில் நிலையம் பக்கம் வந்துவிட்டாள். அரை யிருட்டில் கிடந்த தண்டவாளங்கள் அவளை வா வா வந்து உட்கார் அல்லது படுத்துக் கொள் என்று அழைத்தன. யமுனா சுட்டிக் காட்டிய மின்மினி ஒளியும் அவளை ஒரு பக்கம் வா வா என்றழைத்தது. இன்னொரு பக்கம் அம்மாவும் குழந்தையும் அழைத்தனர். இருளில் கிடந்த வீடும் அவளை வா என்றது. தூரத்திலிருந்து ரயிலொன்று வந்துகொண்டிருந்தது.

சுற்றிலும் அரையிருட்டும் வெளிச்சப் பொட்டுகளுமாக இருக்க அவள் நடந்துகொண்டிருந்தாள்.

பி. உஷாதேவி

 ஆங்காங்கே கிடக்கும் முட்கள்

வேகவேகமாக நடந்து வீட்டுக்குள் நுழைந்து மூச்சு வாங்க நின்றாள் ராஜி. நல்லவேளை அப்பா இன்னமும் வரவில்லை. மின்விளக்கும் போடவில்லை. "லைட் போடறதுக்குள்ளே வீட்டுக்கு வந்திரணும்" என்பது அப்பாவின் கட்டளை. அதில் ஒன்றும் குறைச்சலில்லை என்று எண்ணியவாறே அவள் தோள்பையைக் கழற்றி மேஜைமீது வைத்தாள்.

வீடு அமைதியாக இருக்கிறது. அம்மா வருவதற்கு எட்டுமணியாகிவிடும். அம்மா பக்கத்தில் ஒரு மருத்துவ மனையில் கான்டீனில் வேலை பார்க்கிறாள். காலை எட்டு மணிக்குப் போனால் இரவு எட்டு மணிக்கு வருவாள். அக்கா என்ன செய்கிறாளோ என்றெண்ணியபடியே மின்விளக்கைப் போட்டுவிட்டு அடுத்த அறைக்குச் சென்று பின்வாசல் வழி வெளியே பார்த்தாள். அங்கே கிணற்றடியில் துணி துவைக்கும் கல் மேலமர்ந்து கைபேசியில் யாரிடமோ பேசிக்கொண்டிருக்கிறாள் அக்கா. லேசாகத் திரும்பியிருப்பதால் முகமொன்றும் சரியாகத் தெரியவில்லை. ஆனால் குரல் குழைந்து குழைந்து பேசுவது காதில் விழுகிறது. அவள் இந்த உலகத்தையே மறந்ததுபோல் பேசிக் கொண்டிருக்கிறாள்.

"வீட்டைத் திறந்து போட்டுட்டு இப்படிப் பின்னால் போய் உக்காந்து பேசிட்டிருக்கியே" என்று ஏதாவது

சொல்லப் போனால், "நீங்க எல்லாரும் வெளியே போவீங்க, நான் வீட்டுக்குக் காவலா முன்னாலெ உக்காந்துக்கணுமா?" என்று திருப்பிக் கேட்டு சண்டைக்கு வருவாள். "பீரோலகட்டுக்கட்டாபணம்வச்சிருக்கியானா பீரோவைப் பூட்டிட்டு சாவியை எடுத்திட்டுப் போ" என்று பரிகசிப்பாள். வீட்டில் பூட்டில்லாத பழைய மரபீரோ ஒன்றுதானிருக்கிறது.

ராஜி ஒன்றும் பேசாமல் சமையல் மேடையில் வைத்திருந்த ஆறிப்போன காப்பியைச் சூடு பண்ணி ஒரு கப்பில் ஊற்றியெடுத்துக்கொண்டு முன்னறைக்கு வந்து மேஜையருகே உட்கார்ந்தாள். நாற்காலி ஆடிற்று. மேஜையும் ஆடிற்று. அவளுக்கு எரிச்சலாக இருந்தது. யாரிடமாவது பேச வேண்டும் என்று தோன்றியது. போட்டோஸ்டாட் எடுக்கும் கடையில் காலை ஒன்பது மணி துவங்கி சாயங்காலம் ஆறு மணிவரை வேலை பார்த்துவிட்டு வரும்போது அதை ஒரு பொருட்டாகவே எடுத்துக்கொள்ளாமல், "நான் மட்டும் வீட்டில் காவலுக்கு இருக்கேன்" என்று குறைபட்டுக் கொள்ளும் அக்காவிடம் ஒன்றும் பேச முடியாது.

எந்த ஒரு பிரச்சினை என்றாலும் இந்த வீட்டில் யாரிடமும் எதுவும் சொல்ல முடியாது. அப்பாவிடம் சொன்னால் பாதி கேட்ட உடனே, "யாரவன்? அவனை என்ன செய்யறேன் பாரு" என்று சத்தம் போடுவார். அதுவும் திண்ணையிலமர்ந்து கொண்டு. தெருவில் போகிற யாராவது என்ன என்று கேட்டுவிட்டால் போதும், நாலு வீடு கேட்கிற மாதிரி பேசுவார். பின்னர் அம்மாவிடம் வந்து, "பொம்பிளைப் பிள்ளை வளத்து வச்சிருக்கிற லெட்சணத்தெப் பாரு" என்று

பி. உஷாதேவி ✳ 97

சம்பந்தமில்லாமல் ஏதாவது சொல்வார். "நான் அவனை என்னான்னு கேட்டுட்டு வர்றேன்" என்று கிளம்புபவரை அம்மா தடுத்து நிறுத்திவிடுவாள். "ஆமா. இவரு வாய்தான் கிழியுது. வீட்டுக்குள்ளே தான் இதெல்லாம் என்று முணுமுணுத்துவிட்டு, "நீங்க ஒண்ணும் கேட்க வேண்டாம். நான் கேக்கறேன். சும்மா இருங்க" என்று அடக்கிவிடுவாள். அப்பா சரி என்று சொல்லிவிட்டுப் பேசாமலிருப்பார்.

"ஏன்டீ அப்பாகிட்டெ சொல்லப் போனே" என்று அம்மா உள்ளே வந்து கடிந்து கொள்வாள். பிரச்சினைக்கு ஒரு தீர்வும் அங்கே கண்டுவிடுவாள். இதெல்லாம், "பஸ்ஸிலே வரும்போது அந்த முக்குவீட்டுப் பையன் என்னை இடித்தான்", "குழாயடில சண்டை வந்தப்போ வனஜாவின் அண்ணன் என் குடத்தைத் தள்ளிவிட்டான்" போன்றவைகளுக்காகத்தான்.

இது அப்படியல்ல. நினைக்கும்போதே எரிச்சல் வந்தது அவளுக்கு. இது என்ன வீடு. இருபத்தி இரண்டும் இருபத்தாறும் வயதில் உள்ள இரு மகள்கள் இருக்கும்போது சரியாக எந்த வேலைக்கும் போகாமல் சுற்றிக்கொண்டு வரும் அப்பாவும், காலை எட்டு மணிக்கும் போய் இரவு எட்டு மணிவரை வேலை பார்த்து அலுத்துப்போய் வரும் அம்மாவும், எப்போதும் குற்றம் குறை கண்டு கொண்டு அதிருப்தியுடனே இருக்கும் அக்காவும் கொண்ட வீடு. இரவில் அம்மா கொண்டுவரும் பெரிய தூக்குப் பாத்திரத்தையும் சின்னச் சம்புடத்தையும் திறந்து பார்த்துவிட்டுத்தான் அக்கா தேவையானால் இரவு உணவுக்கு ஏதாவது செய்வாள். அநேகமாகத் தேவைப்படாது. கான்டீனில் மீந்துவிடும் சப்பாத்தி, இட்லி, தோசை, குருமா, சட்னி எல்லாம்

அம்மா கொண்டு வருவாள். அதெல்லாம் பற்றாது என்றிருந்தால் மதியம் வைத்த சோறு, மீன் குழம்பு எல்லாம் வைத்துச் சமாளிப்பது வழக்கம்.

வியர்வை கசகசவென்றிருந்தது, ராஜிக்கு. அக்கா இன்னும் உள்ளே வரவில்லை. உடனே குளிக்க முடியாது. நன்றாக இருட்டு வர வேண்டும். அவள் வெளியே பார்த்தாள். ஆட்கள் நடந்து போவது தெரிகிறது. இன்னும் இருட்ட வேண்டும். ஏனென்றால் குளியலறைக்கு மேற்கூரை கிடையாது. கொஞ்ச நாட்களுக்கு முன்பு வந்த புயல் மழையில் கூரை காற்றோடு போயிற்று. இரண்டே அறைகள் கொண்டதுதான் வீடு. வெளியே இருக்கிறது குளியலறை. உள்ளே முன்னறை கொஞ்சம் சின்னது. அங்கே சுவரோரமாகக் கட்டில் போட்டு அப்பா படுத்துக்கொள்வார்.

ஜன்னல் பக்கமாக அக்காவின் தையல் மிஷின். அடுத்து பெரிய அறை. அதன் ஒரு மூலையில் அடுப்பு மேடை. பக்கத்திலேயே பாத்திரங்கள், அரிசி, பருப்பு எல்லாம் வைக்குமிடம். இன்னொரு மூலையில் பழைய மரபீரோ. துணிகள் தொங்கும் கொடி. அங்கே சுவர்கள் சேரும் மூலையில் ஒரு சதுரமான கருங்கல் பதிக்கப்பட்டுள்ளது. அங்கே வேண்டுமானால் குளிக்கலாம். நீர் வெளியே செல்வதற்கான குழாயுமுண்டு. ஆனால் மிகவும் கவனமாகக் குளிக்க வேண்டும். இடையே உள்ள இடத்தில் தான் அம்மாவும் அக்காவும் அவளும் படுக்க வேண்டும். ஒரு வீட்டின் ஒரு பக்கப் போர்ஷன் அது.

அந்தச் சதுரக்கல் மேல் உட்கார்ந்து அக்கா குளித்துக் கொள்வாள். “நீ இங்கெ குளிக்காதெ” என்று அவள் ராஜியை அதட்டுவாள்.

“நான்னூதுளி தண்ணி வெளியே விழாமெ குளிப்பேன். நீ அப்படியா?” என்று கேட்பாள்.

அதுவும் சரிதான். ராஜிக்கு குளிக்க நிறையத் தண்ணீர் வேண்டும். இடுப்புக்குக் கீழே தொங்கும் நீளமான கூந்தல் நனையவே நிறைய நீர் வேண்டும். ராணிக்குத் தோளுக்குச் சற்றுக் கீழே வரும்வரை உள்ள கனமற்ற கூந்தல்தான். அவள் ஒரு பக்கட் தண்ணீரிலேயே குளித்துவிடுவாள்.

அப்பா எந்த நேரமானாலும் கிணற்றடியில் நின்று குளிப்பார். அம்மா கிணற்றடியிலோ கூரையில்லாத குளியலறையிலோ குளிப்பார். திறந்த வெளி என்பதோ சாலையில் போகும் வாகனத்தின் ஒளி கிணற்றடியில் படும் என்பதோ ஒன்றும் பிரச்சினையில்லை. கிணறு பக்கம் ஒரு சுவர் வைக்கச் சொன்னால் வீட்டு உடைமை காது கொடுத்தே கேட்பதில்லை. குளியலறைக்குக் கூரை போடுவதையும் இப்போதெல்லாம் செய்வதாக இல்லை. முன்பு கூரையில்லை என்பது பிரச்சினையாக இருக்க வில்லை. ஆனால் இப்போது அருகிலேயே ஓர் அடுக்கு மாடிக் கட்டடம் கட்டப்பட்டுக் கொண்டிருக்கிறது. அங்கே மூன்றாவது மாடி வேலை நடக்கிறது. அங்கிருந்து பார்த்தால் குளியலறை நன்றாகத் தெரியும்.

அக்காவிடம் சொல்லிச் சொல்லி அம்மா அப்பாவிடம் பக்குவமாக எடுத்துச் சொல்லி கடைசியில் அப்பா வெளிமாநிலத்து ஆள் ஒருவனைக் கூட்டி வந்து விபரம் சொன்னார். அவன் ஏதேதோ கணக்கு போட்டு ஒரு தொகை சொல்லிவிட்டுப் போனான். “சரி சரி செய்யலாம்” என்று சொல்லிவிட்டு அப்பா தெருவைப் பார்த்துக் கொண்டிருந்தார். “காசு வரட்டும்” என்றாள் அம்மா.

அதோடு சரி. அதற்குப் பின் அந்த ஆள் வேலை பற்றி கேட்க வந்தபோது அக்கா மட்டும்தான் இருந்தாள். அவளுக்கு அவனைப் பிடித்துப் போயிற்று. அவள் அவனைப் பீகாரி என்றாள். அவனிடம் கைபேசியில் அடிக்கடி பேச ஆரம்பித்தாள். அவனது சகோதரி திருமண மாகிப் போய்விட்டாள் என்றும் அவள் சுடிதார் ஜாக்கட் போன்றவைகளில் வைத்துத் தைக்கும் பல வண்ணக் கற்கள், மணிகள் எல்லாம் இருக்கின்றன என்று சொல்லி அக்காவுக்குத் தந்தான். அவளுக்கு அவனை ரொம்பவும் பிடித்துப் போனது.

"ராஜீ நானும் பீகாரியும் நல்ல பொருத்தம் இல்லே. ஒரே மாதிரி ஹைட், ஒரே மாதிரி கலர்" என்றாள் ராணி, ஒருநாள் ராஜியிடம். ராஜி அதிர்ந்து போனாள். அவள் வாயைத் திறந்தபடி நிற்க, ராணி ஒரு இந்திப் பாட்டின் மெட்டை ஹம் பண்ணிக்கொண்டு சமையல் செய்ய உள்ளே போய்விட்டாள்.

இதை அம்மாவிடம் சொல்ல வேண்டுமா வேண்டாமா என்று மனத்திற்குள் போட்டுக் குழப்பிக்கொண்டு பின்னர் வேண்டாமென்று விட்டுவிட்டாள் ராஜி. அவ்வப்போது வரும் சண்டைகளின் முடிவில், "நான் அந்தப் பீகாரி கூட போகத்தான் போறேன். பாத்துக்கிட்டே இருங்க" என்று ராஜி காதில் மட்டும் சொல்வாள் ராணி.

ஆனால் அந்தப் பீகாரி தனக்குத் திருமணமாகப் போகிறதென்றும், ஊரிலேயே ஏதாவது வேலை தேடிக் கொள்ளப்போகிறேனென்றும் சொல்லி ஒருநாள் விடைபெற்றுச் சென்றபோது ராணி மனதொடிந்து போய் விட்டாள். சில நாட்களுக்கு இந்திப் பாடல்களின் மெட்டுக்களை ஹம் பண்ணிக்கொண்டிருந்தாள். பின்னர்

பீகாரி குறித்து ஒன்றும் சொல்வதில்லை என்றாலும் அடிக்கடி குறைப்பட்டுக் கொண்டிருந்தாள்.

“அந்தக் கல்பனாவோட அம்மாவெப் பாரு. எப்பப் பாத்தாலும் அவளுக்குத் தலைவாரி பின்னி நிறையப் பூ வச்சுவிடுவா. நல்ல ட்ரெஸ் போடச் சொல்லி கூட்டிக் கொண்டு கோயில் டவுன்னு போறா. என் பொண்ணு நல்லா சமைப்பா. எல்லா வேலயும் செய்வான்னு கண்ணில் படறவங்கட்டெல்லாம் சொல்லுவா. இங்கெ பாரு, வெளியே போவாதெ, அங்கெ நிக்காதெ, இங்கெ பாக்காதெ, இப்படித்தான். நல்ல ட்ரெஸ் உண்டா, சுடிதார் உண்டா. இதுங்க ரண்டு பேரும் என்னதான் நெனச்சுக்கிட்டிருக்காங்க, என்னிக்கும் நான் இந்தத் தையல் மிஷினெ மிதிச்சுக்கிட்டிருப்பேன்னா?” என்று அழுதவாறே சொல்வாள்.

ராஜி காபியைக் குடித்துவிட்டுக் கப்பைக் கழுவி மேடை மேல் வைத்துவிட்டு வெளியே எட்டிப் பார்த்தாள். அக்கா இன்னமும் கைபேசியில்தான். ராஜி முன்னறைக்கு வந்து கைபேசி எடுத்து ஆன் செய்து பார்த்தாள். அதில் கண்ட படங்களைக் காண அவளுக்குப் பயம் தோன்றியது. வேர்த்தது. அவள் அதைத் தோள்பைக்குள் வைத்து விட்டாள்.

காலையில் ஒன்பது மணிக்கு வேலைக்குப் போய் விட்டுச் சாயங்காலம் ஆற மணிக்கு வீட்டுக்கு வந்த உடன் உடம்புக்கோ தலைக்கோ குளித்துவிட்டு உடைமாற்றிக் கொள்ளவில்லை என்றால் அவளுக்கு என்னமோ மாதிரியிருக்கும். இப்போதெல்லாம் காலையில் குளிக்க முடிவதில்லை. கூரைக்குப் பதிலாக ஒரு கெட்டியான போர்வை விரித்து நான்கு மூலைகளிலும் செங்கற்கள்

எல்லாம் வைத்துப் பார்த்தாள். இப்போது ஒரு பக்கம் கிழிந்து தொங்குகிறது. வானம் பார்க்கலாம். அடுக்கு மாடிக் கட்டட வேலை பார்க்கிறவர்களையும் காணலாம்.

அவள் எரிச்சலுடனேயே வெளியே சென்று, "அக்கா, ராணிக்கா, உள்ளே வா. நீ எவ்வளவு நேரம்தான் பேசிக்கிட்டிருப்பே. நான் குளிக்கப் போறேன். இன்னேரம் வாசக் கதவைச் சாத்திப் போட்டிருந்தா, அப்பா வந்தா திட்டுவாரு. நீ போய் முன்னறையிலே இரு" என்றாள்.

ராணி போனை ஆப் செய்துவிட்டு, "ஆமாண்டீ, நான் இந்த வீட்டுக்கு காவலுதானே. எல்லோரும் தோணின நேரத்துக்கு வருவீங்க போவீங்க. நான் மட்டும்..." என்று என்னென்னவோ சொல்ல ஆரம்பித்தாள். எதற்கும் பதில் பேச நிற்காமல் ராஜி குளிக்கப் போனாள். கைபேசியிலுள்ள டார்ச் அடித்துக் குளியலறைக்குள் ஒருதரம் பார்த்தாள். தான் குளிப்பதை யாரும் பார்க்க முடியாது என்பதைச் சுற்றும் முற்றும் பார்த்து உறுதிப்படுத்திக்கொண்டு குளித்தாள்.

உடைமாற்றிவிட்டுக் கூந்தலைப் பரப்பிப் போட்டுக் கொண்டு பின்பக்கமே நின்றாள். காற்று வீசிக்கொண் டிருந்தது. படத்தில் கண்ட கைகள், கால்கள், முதுகு எல்லாம் மனத்தில் வந்தது. அந்த மொபைல் கடைக்கார வேல்முருகனுக்கு எவ்வளவு தைரியமிருந்தால் இது போன்ற படங்களை எனது வாட்ஸப்பில் அனுப்பி வைப்பான். பாழாய்ப் போனவன் என்று மனசுக்குள் திட்டினாள்.

வழுவழுவென்று இரு கால்கள். வெள்ளிக்கம்பிக் கொலுசு போடப்பட்ட கால்கள். தோள் முதல் தெரியும்

ஒரு கை. அதில் வெள்ளிக்கல் வளையல். காலிலும் கைகளிலும் முதுகிலும் நீர் வழிவதுபோல் தெரிந்தது. இப்படிப்பட்ட படங்களை அவன் அனுப்புவான் என்று அவள் எதிர்பார்க்கவில்லை.

ஆறு மாதங்களுக்கு முன்பு அந்த போட்டோஸ்டாட் கடைக்கு வேலைக்குச் சேர்ந்தபோது எதிர்பக்க மொபைல் கடையிலிருந்து அவன் அடிக்கடி அவளைப் பார்ப்பது அவளுக்குப் பிடித்திருந்தது. அவ்வப்போது கடை ஓனரிடம் வந்து, "ஜெயாக்கா ஒரு நிமிஷம், நான் வெளில போய்ட்டு வரேன். கடைல ஒரு கண்ணு வச்சுக்கோங்க" என்றோ, "சேஞ்ச் இருக்குமா?" என்று கேட்டுக் கொண்டோ வருபவன், ஓனர் பார்க்காத இடத்தில் நின்று, "இன்னிக்கு ட்ரஸ் சூப்பர்" என்பான். அல்லது, "ரொம்ப ப்ரைட்டா இருக்கே ஃபேஸ்" என்பான். அவள் அதைக் கேட்டு மகிழ்ந்தாள்.

வீட்டிலோ வெளியிலோ யாரும் அவளை அப்படியெல்லாம் சொல்வதில்லை. ராணி கொஞ்சம் சிவப்பு. நல்ல உயரமும் நல்ல உடற்கட்டுமாக நன்றாக இருப்பாள். முன் பற்கள் சற்று எடுப்பாக இருந்தாலும் பெரிய குறையாகத் தெரியாது. ராஜி மாநிறம். சாதாரண உயரம். ஒல்லியாக இருந்தாள். "ஆனா என்ன, முகம் களையா இருக்கு" என்று தனக்குத்தானே சொல்லிப் பெருமைப்பட்டுக் கொள்வாள் ராஜி. ஆனால் ராணி புடவைக் கட்டிக்கொண்டு நின்றால் அம்மாவும் அப்பாவும், "அவ நல்லா இருக்கா. யாராவது பாத்து ஆசைப்பட்டுக் கல்யாணம் பண்ணிக்குவாங்க" என்று சொல்வார்கள். அதை அக்காவும் நம்பிக் கொண்டிருக்கிறாள். ஆனால் கையில் கழுத்தில் எல்லாம் நகை

களில்லாமல் கல்யாணம் செய்ய யாரும் முன்வரவில்லை. "கம்மல் மட்டும்தான் தங்கம். வேறு ஒண்ணுமில்லே" என்று அவள் அடிக்கடி குறைப்பட்டுக் கொள்வாள்.

அம்மாவும் வரவில்லை. அப்பாவும் வரவில்லையே என்று முணுமுணுத்துக்கொண்டே ராணி தையல்மிஷின் பக்கத்து முக்காலி மேல் அமர்ந்தாள். ராஜி அவளருகே சென்றாள்.

"அக்கா, நீ கிணத்தடில நின்னு குளிப்பியா?" என்று சாதாரணமாகக் கேட்டாள்.

"தலைக்கு ஷாம்பூ போடணும்னா கிணத்தடிக்குப் போவேன். சில நாளு பாத்ரூமிலயும் குளிப்பேன். சில நாளு உள்ளேயும் குளிப்பேன். ஏன்டீ கேக்கறே?"

"இல்லக்கா, கிணத்தடில பகல்ல எப்படிக் குளிக்க முடியும்?"

"அது வந்து, நான் அந்த மரத்துலேந்து வீட்டு ஜன்னல் கம்பி வரைக்கும் ஒரு கொடி கட்டியிருக்கேன்லே, அதில ஒரு நீளப் போர்வையைத் தொங்கவிட்டுருவேன். அப்புறம் கிணத்துக்குப் பின்பக்கம் தானே குளிப்பேன்."

"அப்பவும் அந்தக் கட்டட வேல பாக்கறவங்க பாக்க மாட்டாங்களா?"

"அதெல்லாம் பாத்தா தெரியாது. மரம் மறைக்குமில்லே."

யாரும் பார்க்க முடியாது என்று அக்கா நம்பிக்கையுடன் இருக்கிறாள். ஆனால் யாராவது பார்த்துவிட்டார்களோ என்று ராஜி கவலைப்பட்டாள்.

அக்கா காலில் இப்போது எந்த மாதிரி கொலுசு கிடக்கிறது என்று தெரிய வேண்டும் என்றெண்ணி, வாஸ்லின் டப்பியிலிருந்து ஒரு விரலால் வாஸ்லின் எடுத்துத் தன் காலில் தேய்த்துவிட்டு,

"ஏன்க்கா உன் காலில வெடிப்பிருக்கா?" என்று கேட்டவாறே அவளருகே தரையில் அமர்ந்தாள்.

தழையத் தழையக் கிடந்த நைட்டியைத் தள்ளிவிட்டு, "ஆமா லைட்டா இருக்கு" என்றவாறே வாஸிலினைத் தேய்த்துவிட்டு,

"ஏன்க்கா உன்கிட்ட கம்பிக் கொலுசு இருக்கா?" என்று கேட்டாள்.

"என்கிட்டெ ஏது கம்பிக் கொலுசு. முத்துக் கொலுசிலெ ஒண்ணு தொலஞ்சு போனதும் மீதி ஒண்ணெ குடுத்திட்டுத்தான் இதை வாங்கினேன்" என்று காட்டினாள்.

அது மலிவான சிவப்பு க்ரிஸ்டல் மணிகள் கோத்த கொலுசு. "ஆக, அக்காட்டெயும் என்கிட்டயும் கம்பிக் கொலுசு கிடையாது" என்று மனத்துக்குள் சொல்லிக் கொண்டாள். அவளுக்குச் சற்று நிம்மதி தோன்றியது.

இனி அந்த வகை அக்காவிடம் வெள்ளிக்கல் பதித்த கவரிங் வளையல் எல்லாம் கிடையாது என்று தெரியுமென்றாலும் வாஸ்லின் டப்பியை உள்ளே கொண்டு வைக்கும் சாக்கில் பீரோ பக்கத்துப் பெட்டி மேலிருந்த ராணியின் வளையல் டப்பாவைத் திறந்து பார்த்தாள். பழைய கொஞ்சம் வளையல்கள் இருந்தன. வெள்ளிக் கல் வளையல் இல்லை. "ஆக, என்கிட்டயும் அக்காட்டெயும்

வெள்ளிக் கல் வளையல் கிடையாது" என்று தனக்குள்ளே சொல்லிக் கொண்டாள்.

இனி தெரிந்துகொள்ள வேண்டியது நடு முதுகில் மச்சம் இருக்கிறதா என்றுதான். அதை அம்மாகிட்டெ கேட்க வேண்டும் என்றெண்ணியவாறே முன்னறை மின் விசிறியின் கீழ் நின்று கூந்தலை உலர வைக்க ஆரம்பித்தாள். ராணி வாசலுக்குப் போய்விட்டாள்.

அம்மா வந்த உடன் எப்படியாவது இதைச் சொல்ல வேண்டும் என்றெண்ணி மனத்திற்குள்ளேயே அவள் பேசிப் பார்த்தாள்.

"அம்மா, போன வாரம் நான் எங்க கட ஓனர் ஐயாக் காட்டெ பாத்ரூமில கூர இல்ல. அட்வான்ஸ் பணம் குடுத்தீங்கன்னா உதவியாயிருக்கும். கூர போட்டுரலாம். மாசா மாசம் சம்பளத்தில பிடிச்சுக்கோங்கன்னு சொல்லிக் கிட்ருந்ததெ அந்த மொபைல் கடக்கார் வேல்முருகன் பக்கத்து டீக்கடக்கு வந்தப்ப கேட்டிருப்பான் போலேருக்கு. அதான் இப்படி பண்ணியிருக்கான்னு சொல்லிப் படங்களைக் காட்டணும். "சில படங்கள் உனக்கு வாட்ஸப்பில அனுப்பியிருக்கேன் பாரு" என்று சொன்ன போதுள்ள அவனது முகபாவணையை நினைவில் கொண்டுவந்தாள்.

"என்ன படங்கள், யாருக்க படங்கள்" என்று கேட்ட போது, "பாத்தா உனக்கே தெரியும்" என்று ஒருவிதமாகச் சிரித்துக்கொண்டு போனவனை நினைக்க அவளுக்குக் கோபமும் எரிச்சலும் வந்தது. இப்போது கொஞ்ச நாட்களாக அப்படித்தான் இருக்கிறது. முன்புபோல் மகிழ்ச்சியில்லை. அவனை நினைக்கும்போது மழைச் சாரலில் நனைவது போன்ற உணர்வு இல்லை.

பி. உஷாதேவி

மொபைல் கடையில் நடராஜன் என்றொரு பையன் நின்றிருந்தான். அவன் இப்போது வருவதில்லை. பதிலாக அனிதா என்றொரு பெண் வருகிறாள். மிகவும் குண்டான அவள் இறுக்கமான உடைகள் போட்டுக்கொண்டு வேல்முருகனின் வெகு அருகே நின்றுகொண்டு சிரித்துச் சிரித்துப் பேசிக்கொண்டிருக்கிறாள். சில நாள்கள் டீக்கடைக்கு வந்து டீ அருந்தாமல் டீக்கடை பையனிடம் இரண்டு டீ கொடுத்துவிடச் சொல்லி இருவருமாகப் பேசிக் கொண்டும் சிரித்துக் கொண்டும் டீ அருந்துகிறார்கள். ராஜியைக் கண்டாலும் காணாத பாவனையில் போகிறான் வேல்முருகன்.

அனிதாவிடம் என்ன குறைகள் உண்டு என்று பார்ப்பதே ராஜிக்கு வேலையாயிற்று. கடையில் காபி எடுக்க ஆள் வராத நேரங்களில் அவள் ஜன்னல் கதவின் இடைவெளி வழியாகப் பார்த்துக்கொண்டிருந்தாள். அனிதா குண்டு, குள்ளம், சுமாரான நிறம்தான். ரொம்ப ஒன்றும் சிவப்பு கிடையாது. தலைமுடி நீளமாக இல்லை. சுடிதார் இறுக்க மாகப் போடுகிறாள். ஷாலை மார்பு மறையும்படிப் போடாமல் கழுத்தைச் சுற்றிப் போடுகிறாள். எப்போதும் கெக்கெக்கே என்று உரக்க சிரித்துக்கொண்டிருக்கிறாள் என்றெல்லாம் நினைத்து நினைத்து அவளைவிட நான் தான் நல்ல பெண் என்று தனக்குத்தானே சொல்லிச் சொல்லித் திருப்தியடைந்தாள். அவளும் வேல்முருகனி டம் பாரா முகமாகவே நடந்து கொண்டாள். அவன் ஓரிருதரம் பேச வந்தபோதும், "ஐயாக்காட்டெ கேளுங்க, ஐயாக்காட்டெ சொல்லுங்க" என்று சொல்லி அவனைப் புறக்கணித்தாள். வெளியே ஏதோ சத்தம் கேட்டது. என்ன என்று பார்க்கும்முன் அம்மாவும் அப்பாவும் சண்டை

போடுவது போல் ஏதோ பேசிக்கொண்டு உள்ளே நுழைந்தார்கள்.

"ராத்திரில நடுவீட்ல தலையை விரிச்சுப் போட்டுக் கிட்டு நிக்கிறியாடீ அறிவு கெட்டவளே" என்று திட்டிய வாறே அம்மா அவளைக் கோபமாகப் பார்த்தாள். சட் டென்று கூந்தல் முடிச்சு போட்டபடி அப்பாவைப் பார்த்தாள். அவரும் கோபமாக இருந்தார்.

"நீ பிள்ளேங்களெ வளத்து வச்சிருக்கிற..." என்று துவங்கிய அப்பாவை அடக்கி அம்மா கத்தினாள்.

"அது கெடக்கு. அந்தத் தரகரு கணேசன்ட்டெ நீங்க ஏன் சண்டைக்குப் போறீங்க. அதுவும் தெருவுல நின்னு."

"பின்னெ, அன்னிக்கொரு பேச்சு, இன்னிக்கொரு பேச்சு சொல்லலாமா? அன்னிக்கு ஏதோ கையில காதில கழுத்திலன்னு போட்டு அனுப்புங்க. நல்ல சம்பந்தம். பையன் நல்லா உழைக்கறவன்னெல்லாம் சொல்லிட்டு இன்னிக்கு வந்து தோடு, ஜிமிக்கி, மூக்குத்தி, நெக்லஸ், செயின், கைக்கு நாலு நாலு வளையல்னெல்லாம் சொல்றான்."

"சரி அத மெதுவா கரீசனமா வீட்டுக்குக் கூட்டி வந்து நமக்குச் சரி வராதுப்பா, வேற பாருன்னு சொல்ல வேண்டியதுதானே. அதெ விட்டுட்டு..." என்று அம்மா ஒன்னு சொல்ல அப்பா இன்னொன்று சொல்ல ராணி அழ ஆரம்பித்துவிட்டாள்.

தரகர் கணேசன் சுந்தரம் என்றொருவன் பற்றி சொல்லி யிருந்தார். அவனிடம்தான் அக்கா குழைந்து குழைந்து பேசுகிறாளோ என்னவோ பாவம் என்று நினைத்துக் கொண்டாள் ராஜி. இன்று முழுவதும் அம்மாவும்

அப்பாவும் இதைக் குறித்துப் பேசி ஒருவரை ஒருவர் குற்றம் சொல்லிச் சண்டையிட்டுக் கொண்டிருப்பார்கள். இதற்கிடையில் இந்த போட்டோ பிரச்சினையை எப்படிச் சொல்ல முடியும் என்று கவலைப்பட்டாள் ராஜி.

நாளை முதல் கடைக்குச் செல்ல வேண்டாம் என்று அவளுக்குத் தோன்றியது. செல்ல பயமாகவும் இருக்கிறது. வேல்முருகன் என்ன சொல்வானோ என்று கலக்கமாக இருந்தது. கடையில் வைத்துப் படத்தைப் பார்த்தபோது வந்த பயத்திலும் ஆத்திரத்திலும் செய்தது மனத்தில் மறுபடியும் வந்து நின்றது.

கடையில் பின் மதிய நேரம் அவ்வளவாக யாரும் வர மாட்டார்கள். ஓனர் பக்கத்துக் கண்ணாடிக் கடைக்காரரிடம் என்னவோ பேசிக்கொண்டிருந்தாள். இந்தக் கடை வேண்டாம், வேறு ஓரிடத்தில் கடை பார்க்க வேண்டும் என்று கண்ணாடிக் கடைக்காரரிடம் சொல்கிறாள்போல் தெரிகிறது. அப்போது கிடைத்த தனிமையான நேரத்தில் தான் அவள் அந்தப் படங்களைச் சரியாகப் பார்த்தாள். அவன் ஒருவிதமாகச் சிரித்துக்கொண்டு போனது கண்டால் இதையெல்லாம் நீதான் என்பது மாதிரிதான் இருந்ததோ என்று நினைக்க அவளுக்குக் கோபம் கூடிற்று.

அவள் மொபைல் கடையைப் பார்த்தாள். வேல் முருகனும் அனிதாவும் என்னவோ பேசி சிரித்துக் கொண் டிருக்க, வேல்முருகன் அவ்வப்போது ராஜியைப் பார்த்துக்கொண்டிருந்தான். அவள் கடை வாசலருகே சென்று நின்றான். கீழே சிமெண்ட் தரையில் எட்டுக்கால் பூச்சி ஒன்று ஊர்ந்து போனது. அவள் ஒரு செருப்பைக் கழட்டி அதை அடித்தாள். கடை ஓனர், “என்னம்மா?”

என்று கேட்க, "எட்டுக்காப்பூச்சி" என்று சொல்லியபடி மறுபடியும் அடித்தாள். அடிக்கும்போது வேல்முருகனை ஒருதரம் பார்த்துக்கொண்டாள். அவன் முகம் கடுகடு வென்று இருந்தது. அந்த எட்டுக்கால்பூச்சி உடைந்த சிமென்டின் இடைவெளியில் எங்கோ புகுந்துகொண் டது."வருவேயில்லே வெளியே. அப்ப பாத்துக்கிறேன்" என்று சொல்லியபடியே, மறுபடியும் அவனைப் பார்த் தாள். அவளைப் பார்த்துக் கொண்டிருந்த அவனும் முகத்தைத் திருப்பிக் கொண்டான். அவளுக்கு அப்போது என்னவோ ஒருவிதமான திருப்தி தோன்றியது நிஜம்தான். ஆனால் இப்போது பயமாக இருக்கிறது.

குளித்துவிட்டு, இருப்பதைச் சாப்பிட்டுவிட்டு அம்மா அப்பாவுக்கு மாத்திரையும் தண்ணீரும் கொடுத்தாள். "அழாதெடீ ராணி. உனக்குன்னு இனிமேலா ஒருத்தன் பொறக்கப் போறான். வருவான். அவன் உன்னைத் தேடிக்கிட்டு" என்று ராணியிடம் சொல்லியபடியே அம்மா படுக்கையைப் போட்டுக் கொண்டாள். படுக்கையில் அமர்ந்தவாறே தோள்கள் கால் எல்லாம் தடவினாள். ராஜிக்கு அதைக் காண வருத்தமாக இருந்தது. அம்மா வேலைக்குப் போகவில்லை என்றால் வாடகை கட்ட முடியாது. அப்பாவின் மருத்துவச் செலவுக்கு வாங்கின கடனை அடைக்க முடியாது. தான் வேலைக்குப் போக வில்லை என்றால் வீட்டுச் செலவு, மாத்திரை செலவு எல்லாம் நடக்காது. திடீரென்று வேலையைவிட்டு நின்றுவிட எல்லாம் முடியாது.

ராணியுடன் நின்று ஒரு சில வேலைகள் முடித்துவிட்டு அவளும் படுக்குமிடத்துக்கு வந்தாள். மனம் அமைதி யற்றுத் தவித்தவாறே இருந்தது. மனத்திலிருக்கும்

பாரத்தை எப்படி இறக்குவது, யாரிடம் இறக்கி வைப்பது என்று நினைத்துக் குழம்பினாள்.

அம்மா, "ஐயோ காலை வலிக்குதே, இடுப்பை வலிக் குதே" என்றெல்லாம் முனகிக் கொண்டே படுத்துக் கொண்டாள். அப்பா இப்போதும் என்னவோ சொல்வது கேட்டது. அம்மா இடையிடையே அப்பாவைக் குற்றம் சாட்டி முணுமுணுத்துக் கொண்டிருந்தாள்.

"சரிம்மா, விடு, விடு. நீ ரெஸ்ட் எடு. தூங்கப் பாரு" என்றபடியே அம்மாவின் அருகிலமர்ந்து அம்மாவின் தோள், காலை எல்லாம் அமுக்கிவிட்டாள் ராஜி.

"ரெஸ்ட் எடுக்கதுக்கும் யோகம் வேணும்டி ராஜி" என்றாள் அம்மா.

"முதுகில மச்சம் இருந்தா யோகம்னு ஓனர் ஜயாக்கா சொன்னாங்க. எனக்கும் அக்காக்கும் முதுகில மச்சம் இருக்காம்மா?" என்று சாதாரணமாக கேட்பதுபோல் கேட்டாள் ராஜி.

"அதெல்லாம் ஒண்ணுமில்லடீ. உங்களுக்கு யோக மிருந்தால் இங்கே ஏன் இப்படி இருக்கீங்க" என்றபடியே மறுபடியும் அழ ஆரம்பித்தாள் அம்மா.

ராஜிக்கும் அழுகை வந்தாலும் ஒருபக்கம் நிம்மதி யாயிற்று. நடுமுதுகில் மச்சவுமில்லை. அந்த வேல்முருகன் சும்மா பயமுறுத்தப் பார்க்கிறானோ என்று அவளுக்குத் தோன்றியது. கடை ஓனர் ஜயாக்காவுக்கு வேறு ஏரியா வில் கடை கிடைத்தால் நல்லது. வேல்முருகனைப் பார்க்காமலிருக்கலாமே என்றெண்ணினாள்.

அவள் மெதுவாக அம்மாவின் மேல் சாய்ந்து கொண்டாள். ஒருக்களித்துப் படுத்திருந்த அம்மா தூங்க

வில்லை போலும். அம்மா கையை நீட்டி அவளது தலையை வருடினாள். அவளுக்குக் கண்ணீர் வழிந்தோட ஆரம்பித்தது. அம்மா எவ்வளவு கஷ்டப்படுகிறாள். "போய் படும்மா போ" என்றாள் அம்மா, முனகுவது போல.

அவள் எழப் போனாள். குதிகால் தரையில் பட்டதும் வலித்தது. மறுபடியும் உட்கார்ந்தாள். இரண்டு நாள்கள் முன்பு விடுமுறை நாளில் துணி துவைத்துக் கொண்டிருந்த அம்மாவுக்கு உதவலாமென்று பின்பக்கம் கிணற்றடிக்கு நடக்கையில் காலில் காக்காமுள் ஒன்று குத்திவிட்டது. அவள் முள்ளை எடுத்துக் கொண்டிருந்தபோது அம்மா சொன்னது அவளுக்கு ஞாபகம் வந்தது.

"கீழே மண்ணில முள்ளெல்லாம் கெடக்குந்தான். நம்மதான் பாத்து நடக்கணும். அப்படியும் முள்ளு குத்திச்சின்னா அதை எடுத்துத் தூரப் போட்டுட்டு நடக்க வேண்டியதுதான்" என்றாள். சரிதான். இந்தப் படம், வேல்முருகன் எல்லாம் முட்கள் தான். அதையெல்லாம் எடுத்து, தூரத்தில் விசிறி விட்டு நடக்க வேண்டியதுதான்.

அவள் எழுந்தாள். வழக்கமாகப் படுக்கும் இடத்தில் படுக்கையைப் போட்டுப் படுத்துக்கொண்டாள். யாரிடமாவது தனது பிரச்சினையைச் சொல்லி மனப்பாரத்தைக் குறைக்க வேண்டுமென்று நினைத்தது நடக்கவில்லை. ஒவ்வொருவரும் அவரவர் சுமைகளைத் தூக்கிக் கொண்டு நடக்கிறார்கள். அக்கா சுவரைப் பார்த்துத் திரும்பிப் படுத்திருக்கிறாள். அழுகிறாளோ தூங்குகிறாளோ தெரியவில்லை. அம்மா தூங்கிவிட்டாள் என்று தோன்றுகிறது. அவ்வளவு அலுப்பும் சோர்வும் இருக்கக்

கூடும். அக்காவுக்கு நகைகள் வாங்க சீட்டு சேர்ந்துள்ளேன் என்று சொன்னாள். தன்னுடைய வருமானத்தை எதிர் பார்த்துத்தான் அம்மா சீட்டு சேர்ந்திருப்பாள் என்று ராஜிக்குப் புரிந்தது.

அக்காவிடம், "ஜாக்கட் எல்லாம் நல்லா தைக்கக் கத்துக்கோடீ" என்று முந்தின நாள் அம்மா சொன்னபோது, அவள் ஒரு ஜாக்கட் எடுத்துக் காட்டினாள். கைகளிலும் முதுகு பக்கவுமெல்லாம் பூத்தையல் வண்ணக்கற்கள் எல்லாம் தைத்த ஒரு ஜாக்கட். "இது யாருக்குடீ" என்ற போது, "எனக்குத்தான். என் கல்யாணத்துக்குத்தான்" என்றாள். மற்றபடி வெளியாள்களுக்கு, ஜாக்கட் தைத்துத் தந்து காசு வாங்கலாம் என்று அவளுக்குத் தோன்று வதில்லை. அக்கம்பக்கத்திலுள்ளவர்கள் தைக்கக் கொடுத் தால் மிகவும் தாமதமாகத்தான் கொடுப்பாள். பகல் முழுவதும் தனியாக இருப்பதில் எரிச்சல் பட்டுக் கொண்டே இருப்பாள். ஆனாலும் தையல் தைக்க மாட்டாள்.

முன்பு பீகாரியிடம் பேசிக் கொண்டிருந்தபோது பீகாரி யும் இன்னும் இரண்டு பேரும் சாப்பிட வரும் மெஸ்ஸில் சமையல் செய்யும் சாந்தியின் அத்தையைக் கூப்பிட்டு வைத்து திண்ணையிலமர்ந்து பேசிக்கொண்டிருப்பாள். பீகாரி பற்றி ஏதாவது தெரிய வேண்டுமென்று பேசு வாளாயிருக்கும்.

இப்போதெல்லாம், கூனிக்கிழவி என்று சிலபேர் சொல்லும் தாயம்மா ஆச்சியிடம் பேசுகிறாள். அந்த ஆச்சியின் ஏதாவது பேரனிடம்தான் இப்போது கைபேசி யில் பேசுகிறாளோ என்னவோ. அல்லது ஆச்சிக்கு சுந்தரம் உறவாக இருக்கலாம்.

ஒரு பெருமூச்சுடன் அவள் திரும்பிப் படுத்தாள். அம்மா, அக்கா, அப்பா, தான் என்று ஒவ்வொருவரையாக நினைக்கையில் அவளுக்கு மறுபடியும் அழுகை வந்தது. அவள் கண்களை மூடினாள். மூடின கண்களிலிருந்து கண்ணீர் வழிந்து கொண்டே இருந்தது.

பின்னோக்கி நடப்பவன்

ஆற்றங்கரை வழியாக நடந்து தென்னந்தோப்பை தாண்டி பெரிய மரங்கள் நிறைந்த காடு போன்ற இந்த இடத்தில் சாலை பார்த்து உட்காரும்படியாக யாரோ என்றோ செய்து போட்ட சிமென்ட் பெஞ்ச் மேல் உட்கார்ந்திருந்த எனக்கு என்னவோ பயமாக இருந்தது. இத்தனைக்கும் நான் அங்கே அடிக்கடி வருவதுண்டுதான். ஆள் நடமாட்டம் அறவே இல்லாத இடமல்ல. அவ்வப்போது பேருந்துகள் வேகமாகப் போகின்றன. இருசக்கர வாகனங்கள் ஆட்டோக்கள் எல்லாம் அங்குமிங்கும் போகின்றன. ஆங்காங்கே கிடக்கும் சிமென்ட் பெஞ்சுகள்மேல் வேலையிலிருந்து ஓய்வு பெற்ற முதியவர்கள் சிலர் உட்கார்ந்து பேசிக் கொண்டிருக்கிறார்கள். ஒரு சைக்கிள் மேல் நிறைய ப்ளாஸ்டிக் பாத்திரங்கள், குடங்கள் போன்றவை வைத்துக் கட்டி விற்பனை செய்யும் ஒருவர் சைக்கிளை ஒரு மரத்தின்மேல் சாய்வாக நிறுத்திவிட்டு ஒரு பெஞ்சு மேல் உட்கார்ந்திருக்கிறார். நேரம் சாயங்காலம் ஐந்தரை மணியாகிறது.

இங்கே வந்திருக்க வேண்டாம் என்றே எனக்கு இப்போதும் தோன்றுகிறது. "காட்டு பெஞ்சு மேல உட்கார்ந்து வெய்ட் பண்ணுங்க. அஞ்சரைக்கெல்லாம் வந்திடறேன்" என்று சத்யா சொன்னபோது, "எனக்கு

வேலை இருக்கு, நான் வர்றதாக இல்லை" என்று சொல்லாமல் இருந்தது தப்புதான். சரி நான் வரேன் என்றும் சொல்லவில்லை. எதையும் கேட்பதற்காக அவன் அங்கு நிற்கவுமில்லையே.

"நான் வரலே" என்று நான் மறுத்திருக்க வேண்டும். ஆனால் எனக்கு வராமல் இருக்க முடியாது. ஏனென்றால் என் அக்காவின் பத்து வயது மகனை ட்யூஷனுக்கு கொண்டுவிட வேண்டும். ட்யூஷன் டீச்சர் வீடு இந்தக் காட்டு பெஞ்சு மேலிருந்தால் தெரிகிற தூரத்தில்தான் உள்ளது. அங்கே காத்திருக்க அந்த வீட்டில் இடமேயில்லை. அதனால் நான் இங்கே வந்து உட்கார்ந்து கொள்கிறேன். ட்யூஷன் முடிந்து பையன் வெளியே வந்ததும் நான் போய் கூட்டிக்கொண்டு வீட்டுக்கு நடந்து போவேன். பையனைத் தனியாக அனுப்ப முடியாது. அதனால் எனக்கு இங்கே வராமல் இருக்க முடியாது. ஆனால் அவனிடம் நான் வரவில்லை என்று சொல்லியிருக்கலாம்.

நான் சில நேரங்களில் இப்படித்தான் இருக்கிறேன். எஸ் என்று சொல்ல வேண்டிய இடங்களில் அல்லது நோ சொல்ல வேண்டிய இடங்களில் நான் குழம்பிப்போய் ஒன்றும் சொல்லத் தெரியாமல் அல்லது சரியாகச் சொல்லாமல் எதையாவது சொல்லி விடுகிறேன். நோ சொல்ல வேண்டிய இடத்தில் நோ தான் சொல்ல வேண்டுமென்று தெரியாமலில்லை.

இப்போதும் அப்படித்தான். இங்கே இருக்கப் பிடிக்கவில்லை. பயமாக இருக்கிறது என்றால் குழந்தை ட்யூஷன் படிக்கும் வீட்டுக்குப்போய் விடலாம். அங்கே அந்த வீட்டில் வீட்டுச் சுவருக்கும் வெளியே உள்ள

பி. உஷாதேவி ❋ 117

கம்பிவேலிக்குமிடையே இருக்கும் மிகக் கொஞ் சமான இடத்தில் மண்ணில் கம்பி வேலி முள் உடம்பில் படுவதைப் பொருட்படுத்தாது சற்று நேரம் இருக்கலாம். ஆனால் சத்யா எதற்காக வரச் சொன்னான் என்று தெரிய வேண்டுமென்பதும் உள்ளுக்குள் அடித்துக் கொண்டுதானிருக்கிறது.

ட்ரோஜன் குதிரை என்ற தலைப்பில் சத்யா ஒரு கவிதை வாசித்து முடித்து மேடையிலிருந்து கீழே இறங்கி வந்தபோது கவிதை நன்றாக இருந்தது என்று பாராட்டி, நான் சாருலதா என்றதும், நான் சத்யஜித் என்று கைகூப்பி அறிமுகமான அந்த நிமிடத்தை இப்போது நான் வெறுக்கிறேன் என்று எனக்குத் தோன்றுகிறது.

நான் சாலையின் இரு பக்கங்களிலும் பார்த்தேன். சத்யா வருவதாகத் தெரியவில்லை. சாலையின் எதிர்பக்கம் ஒரு சின்ன மைதானம். அங்கே மண் குவியலாகவும் பரப்பப்பட்டும் கிடந்தது. அதில் சில உருவங்கள் காண்பதுபோல் தெரிந்தது. கை, கால்கள் நீட்டிக்கிடக்கும் உருவம்போல் ஒன்று தெரிய, எனக்கு கெடாவர் என்ற வார்த்தை நினைவில் வந்தது. இது அவன் பேச்சில் கடந்து வந்த வார்த்தை. நான் தலையை உலுக்கிவிட்டு நேராகப் பார்த்தேன். தூரத்தில் ட்ரெயின் ஒன்று போய்க்கொண்டிருந்தது.

நானும் சத்யாவும் இந்தக் காட்டு பெஞ்சுமேல் அமர்ந்து பேசிக்கொண்டோ பேசாமலோ இருக்கும் பொழுதில் தூரத்தில் ட்ரெயின் போனால் அவன் பதேர் பாஞ்சலி குறித்துப் பேச ஆரம்பித்து விடுவான். துர்கா குறித்துப் பேசுவான். வாங்க நாம் போய் அந்த ரெயில் பாளத்தில் காது வச்சு கேக்கலாம் என்பான். ஃபன்னி

என்று சொல்லிச் சிரிக்கும்போது அகிரா குரசோவா பற்றி பேச ஆரம்பிப்பான். அவனிடம் பேசும்போது நேரம் போவதே தெரியாது என்பது நிஜம்தான்.

ஆனால் எனக்கு வீட்டில் வேலைகள் காத்திருக்கும். அக்கா, அக்காமாமா, இரண்டு குழந்தைகள், அக்காவின் மாமியார் இத்தனை பேருக்கும் சமையல் பண்ண வேண்டும். வீடு சுத்தம் பண்ண வேண்டும். குழந்தை களைக் கவனித்துக் கொள்ள வேண்டும். அக்கா ஒரு தனியார் நிறுவனத்தில் வேலை பார்க்கிறாள். அக்கா மாமா இன்னொரு தனியார் நிறுவனத்தில். நான் இரண்டு வருடங்களுக்கு முன்பு சற்று தூரத்தில் உள்ள ஒரு பாக்டரியில் அட்டைப் பெட்டித் தயாரிக்கும் இடத்தில் ஒரு வருட காலம் வேலை பார்த்திருந்தேன். அங்கே மலிவான ஒரு விடுதியில் கொடுத்த பின், மீதமுள்ள பணம் போதுமானதாகத்தான் இருந்தது. வேறு ஒரு செலவும் நான் செய்வதில்லை. தூரத்திலிருந்த பொது நூலகத்துக்கு நடந்தே சென்றேன். ஆர்ட் பிலிம் காண்பிக்கும் திரையரங்குகளுக்குச் செல்லும் ஒரு தோழி கிடைத்ததால் அது குறித்தெல்லாம் தெரிந்து கொண்டேன். விலை உயர்ந்த உடைகள் செருப்புகள் போன்றவைகளைச் சும்மா பார்த்துவிட்டு நகர்ந்து விடுவேன்.

ஆனால் அக்காவுக்கு இரண்டாவது குழந்தை பிறந்த உடன், “வேலை பார்த்தது போதும். இங்கே குழந்தை யைக் கவனித்துக்கொள்ள ஆளில்லை. வந்து விடு” என்று அக்கா கட்டளையிட்டுவிட்டாள்.

“அங்கென்ன கவர்மென்ட் வேலையா, இல்ல கலட்டரு வேலயா பாக்கற, வரச் சொல்லு. என்னாலெ மட்டும் குழந்தையைப் பாத்துக்கிட முடியாதும்மா”

என்று அக்கா மாமியார் திட்டவட்டமாகச் சொல்லி விட்டார் என்றும், நான் ஊருக்கு வந்தே ஆக வேண்டும் என்று அக்கா மறுபடியும் கட்டளையிட்டாள். மேலும் அப்பா அம்மா இறந்துபோய் குடியிருந்த வீட்டில் பாதிக் கடனில் மூழ்கிப்போன நிலையில் நான் அக்கா, அக்கா மாமா, அக்கா மாமியார் ஆகியோர்களுக்குப் பணிந்து போவதுதான் நல்லது என்று அறிவுரை கூறவும் செய்தாள். அக்காமாமா வழக்கம்போல் மௌனம் சாதித்த நிலையில் எனக்கு கிராமத்துக்கு வர வேண்டியதாயிற்று. கொடுத்த கடனுக்குப் பதிலாகப் பாதி வீட்டை எடுத்தார்கள். சுவர் கட்டி அடைந்த பின்னர் உள்ள இரண்டு அறைகள் கொண்ட பின்கட்டும் ஒரு சிறுதோட்டமும் என் பெயரில் கிடப்பதை நான் அடிக்கடி நினைத்து ஆறுதலடைந்தேன்.

பொழுது விடிந்தால் இரவு வெகுநேரம் வரை வேலை இருந்து கொண்டே இருக்கும். இரவுதூக்கம் கூட சரியாகக் கிடைப்பதில்லை. பெரிய குழந்தையை ட்யூஷனுக்கு கொண்டு விட்டுவிட்டு இங்கே காட்டுபெஞ்சு மேல் அமர்ந்திருக்கும் சற்றுநேரம் தான் சும்மா ஓய்வாக இருக்க முடியும்.

சில நாள் சத்யா வருவான். பல விஷயங்கள் குறித்துப் பேசிக்கொண்டிருப்பான். சில நாள்களுக்கு முன் அவன் வெள்ளித்திமிங்கலக் கதை குறித்து பேசினான். அவன் விவரித்துக் கொண்டே போகப்போக அவன் அதிலேயே லயித்து விட்டான்போல் எனக்குத் தோன்றியது.

அவனே ஒரு வெள்ளித்திமிங்கலமாக மாறிவிடு வானோ என்று எனக்கு அச்சமேற்படும் போல் இருந்தது. நான் பார்த்துக் கொண்டிருக்கும்போதே அவன் உடல் மொழி ஒரு பெரிய திமிங்கலத்தின் உருவத்தில் காணப்

படுவது போலும் எனக்குத் தோன்றியது. அவனது கண்கள் வெள்ளி நிறத்தில் மின்னுவதுபோல் இருந்தது.

அடிக்கடி இப்படித்தான் இருக்கிறது. அவன் ஏதாவது விஷயம் ஈடுபாட்டுடன் பேச ஆரம்பித்தான் என்றால் அதிலேயே அமிழ்ந்து விடுபவன்போல் காணப்படுவான். அதுவாகவே மாறிவிட்டவன்போல் அல்லது ஒரு மாயத்தோற்றம் உருவாக்க அவனறியாமலே முயற்சிக்கிறானோ என்றும் கூட தோன்றும். இல்லை எனக்குத்தான் அப்படி தோன்றுகிறதோ என்னமோ. ஆனால் அவனது மாற்றங்கள் எனக்குச் சற்றே பயத்தையும் குழப்பத்தையும் ஏற்படுத்தியது என்பது நிஜமே. இருந்தாலும் நான் அதற்கெல்லாம் முக்கியத்துவம் தராமல் விட்டுவிட்டேன்.

அவனிடம் பேசுவது எனக்குப் பிடித்திருந்தது. வீட்டின் ஓயாத வேலைகள், திட்டுகள், குறை சொல்லல்கள், பாராமுகம், அன்பற்ற சூழல் போன்றவைகளுக்கிடையே நான் உழன்று கொண்டிருந்தபோது அவனது பேச்சும் அன்பும் எனக்கு ஆறுதலாக இருந்தது என்பதை நான் மறுக்க முடியாதுதான்.

முன்னெல்லாம் அவன் எப்போதாவது வீட்டுக்கு வந்து கொண்டிருந்தான். அக்காமாமாவிடம் வேலை விஷயமாகப் பேச வருவான். அக்காமாமா அவனிடம் ஏதேதோ பேப்பர்கள் தந்து கணிணியில் டைப் செய்து தரச்சொல்வார். அவன் டைப் பண்ணித் தந்தபின் அக்காமாமா சரி பார்த்துக் கொடுப்பார். அவன் திருத்தி அடித்துக்கொண்டு வருவான். அப்பொழுதெல்லாம் ஏதாவது புத்தகங்கள் படிக்கத் தருவான். அதுவும் இப்போதில்லை.

ஒரு நாள் ஒரு புத்தகத்தைக் கொண்டுவந்து தந்த போது, அக்காமாமியார் என்கிட்டெ கொடு. நான் அவள்ட்டெ குடுக்கறேன் என்றபடி கையை நீட்டினார். அவன் மிகச் சாதாரணமாக அவர்களிடம் புத்தகத்தைக் கொடுத்துவிட்டு, அந்த எழுத்தாளர் குறித்துப் பேசிக் கொண்டிருந்தான். அக்கா மாமியாருக்கு இதொன்றும் பிடிக்கவில்லை. அக்காமாமியார் புத்தகத்தினுள் கடிதம் ஏதாவது உள்ளதா என்கிறதைப் பக்கம் பக்கமாக புரட்டிப் பார்த்துக் கொண்டிருந்தார். எனக்குச் சிரிப்பாக இருந்தது. இந்தக் காலத்தில் யார் கடிதம் எழுதி புத்தகத்தினுள் வைத்துக்கொடுப்பது.

அக்காமாமாவிடம் அக்காமாமியார் என்னவோ சொன்னார் போலிருக்கிறது. அக்காமாமா அவன் வருவ தற்கான காரணங்கள், சாத்தியங்கள் இல்லாமல் செய்து விட்டார். அக்காமாமாவே நேரடியாகப்போய் வேலை களை முடித்துவிட்டு வந்தார். அவனது வரவு குறைந்து விட்டது. நான் எதையும் கண்டுகொள்ளவில்லை.

அக்காமாமியார் அத்துடன் நிறுத்தவில்லை. அக்கா மாமாவிடம் சொல்லி அக்காமாமாவின் தம்பியான பழநியை எனக்குப் பார்த்தால் என்ன என்று ஒரு யோசனையையும் அவர் காதில் போட்டு வைத்தார். என்னிடம் யாரும் எதுவும் கேட்கவில்லை. அக்காவும் அக்காமாமாவும் அக்காமாமியாரும் கூடிக் கூடிப் பேசினார்கள். அதையும் நான் என்ன என்று கேட்க வில்லை.

எனக்குத் தெரியும், ஓரளவு நல்ல வேலையும் வருவாயும் உள்ள ஒருவரை எனக்கு இவர்கள் பார்க்கப்

போவதில்லை என்று. மிகக் குறைந்த செலவில் என்னைக் கல்யாணம் செய்து அனுப்பிவிட வேண்டும் என்பதுதான் அவர்களது எண்ணமாக இருக்கும் என்பதில் எனக்குச் சந்தேகமெதுவுமில்லை.

சும்மா பேருக்கு, அங்கெ ஒரு பையன் உண்டு, இங்கே ஒரு பையன் இருக்கிறான். நிறைய வரதட்சனை கேட்கிறார்கள். நிறைய நகை கேட்கிறார்கள் என்றெல்லாம் என் காதுபட பேசிக்கொண்டனர்.

பின்னர் ஒருநாள் ஏதோ முக்கியமான விஷயம் கண்முன்னால் இருந்தது போலவும் அதைக் காணாமல் இருந்தது முட்டாள்தனம் என்பது போலவும் கையில் வெண்ணையை வச்சுக்கிட்டு நெய்க்கு அலைவானேன் என்றெல்லாம் சொல்லி அக்காமாமாவின் தம்பியை எனக்குப் பார்த்தார்கள். என்னைவிட பன்னிரண்டு வயது பெரியவரும் பள்ளிப் படிப்பைத் தாண்டாதவருமான, வழுக்கை விழுந்த தலையுடனிருக்கும் பழநிதான் எனக்குப் பொருத்தமானவர் என்று மூவருமாகத் திட்டவட்டமாகக் கூறிவிட்டனர். ஆனால் பழநி ஏற்றுக் கொள்ளவில்லை. "அதெல்லாம் சரியாவாது. அது படிச்ச பொண்ணு, எனக்கேத்தா மாதிரி பாருங்க" என்றார்.

ஒரு சாயங்காலப் பொழுதில் மொட்டை மாடியில் காயப்போட்ட துணிகளை எடுத்துக் கொண்டிருந்த போது அக்கா வந்து சொன்னாள்.

"இதப் பார்றீ, அம்மா அப்பா போனப்புறம் மாமாதான் உன்னெ படிக்க வச்சாரு. அவரு என்ன சொல்றாரோ அதைக் கேட்டுக்க. அவரு வீட்லதான் நம்ம இருக்கோம். வேற யாரு இந்தக் காலத்துல

கொழுந்தியாளெ படிக்க வெச்சு சோறு போட்டுப் பார்த்துக்குவாங்க. அவரு நல்ல குணம். அவரு சரியென்று சொல்லலேன்னா, நீ இங்கயே இருந்துக்கோன்னு என்னாலெ சொல்ல முடியுமா. நெனச்சுப் பாரு. அவரா யோசன பண்ணித்தான் அவ இனி அந்தப் பின்கட்டு வீட்ல தனியா எப்படி இருப்பா? இங்கெ கூட்டிவந்துரு. மீதி படிப்பை இங்கெ நின்னு முடிக்கட்டும். செலவெ நம்ம பாத்துக்கலாம். அப்படீன்னு சொன்னதுனாலெ தான் உனக்குப் படிப்பை முடிக்க முடிஞ்சுது. இல்லேன்னா சோத்துக்குத் திண்டாடிட்டுப் படிப்பையும் பாதில விட்டுட்டு வேலதேடி கஷ்டப்பட்டிருப்பே. உன் யோகம் இந்த மாதிரி ஒரு மாமாவெ உனக்குக் கெடச்சுது. அந்த பழநியும் நல்லவன்தான். நல்ல கொணம். வயசுதான் கொஞ்சம்கூட. ஆனா உனக்கும்தான் சின்ன வயசா இல்லேல்லே. முப்பதாகப் போவது, இந்த வயசுல இந்த மாதிரிதான் பாக்க முடியும்."

இதெல்லாம் என்னமோ என்னுடைய தப்பு என்பதுபோல் சொல்வதை வழக்கமாக வைத்துக் கொண்டாள். கடைத்தெருவுக்குப் போய் வருகிற பொழுது, கொல்லைப் பக்கம் போய்த் தலை சீவிக்கொண்டிருக்கும் பொழுது என்று பல நேரங்களில் இதையே சொன்னாள்.

காலையில் வெகுசீக்கிரம் எழுந்து காலை, மதிய உணவு தயாரித்தல், பெரிய குழந்தையைப் பள்ளிக்கு அனுப்புதல், அக்காவுக்கும் அக்காமாமாவுக்கும் சாப்பாடு கட்டிக்கொடுப்பது, அவர்களெல்லாம் வெளியே போன பின்னர் அக்காமாமியாருக்குக் கால்களில் எண்ணெய் தேய்த்து விடுவது, கீழே படுக்காமல் அழுதுகொண்டு

இடுப்பில் தான் உட்காருவேன் என்று அடம்பிடிக்கும் குழந்தையை வைத்துக்கொண்டு எல்லா வேலைகளையும் இழுத்துப்போட்டுச் செய்து நேரத்துக்கு குளிக்கவோ சாப்பிடவோ முடியாமலிருப்பது குறித்து அக்கா எதுவும் சொல்லவேயில்லை.

அக்காமாமியாருக்குப் பயம். பழநிக்கு வேறு இடத்தில் பெண் பார்த்தால் அந்தப் பெண் பழநியைக் கைக்குள் போட்டுக்கொண்டு அவனது பணத்தையெல்லாம் தானே வாங்கிக்கொண்டு, அம்மா அண்ணன் எல்லோரையும் விட்டுவிட்டுப் போய் விடுவானோ என்றொரு பயம் அக்கா மாமியாருக்கு இருந்திருக்கக் கூடும். இப்போது பழநி அனுப்பும் பணமெல்லாம் அக்காமாமியார் பேரிலும், பழநி பேரிலுமாக வங்கியில் கிடக்கிறது. ஊர்த் திருவிழாவுக்குப்போக, பேரன் பேத்திக்குப் பிறந்த நாள் பரிசு தர, மருத்துவச் செலவுகளுக்கு என்று கொஞ்சமாகச் செலவு பண்ணுவாள்.

நான் என்றால் பயப்பட வேண்டிய தேவையில்லை. இப்போது நடப்பது போலவே காலம் போய்விடும். வேலைக்கு வேறு ஆள் தேட வேண்டாம். மூன்று வருடங்களுக்கொரு தரம் பழநி இரண்டு அல்லது மூன்று மாதவிடுப்பில் வந்து செல்வார்.

நான் இயந்திரம்போல் வேலைகள் செய்துகொண்டு எல்லோருக்கும் பணிவிடை செய்துகொண்டு காலத்தைக் கடந்து கொண்டிருக்க வேண்டும் என்று நினைக்கையில் எனக்கு என்னவோ விரக்திதான் தோன்றியது. அக்காவும் அக்கா மாமாவும் பல நாள்களில் சாயங்காலம் எங்காவது பைக்கில் ஏறிப் போய்விட்டு வருவார்கள். கோயிலுக்கோ, நண்பர்கள் வீடுகளுக்கோ, கடைத்தெருவுக்கோ ஏதாவது

சாக்கு சொல்லி வெளியே கிளம்பிவிடுவார்கள். லீவு நாளானாலும் சில நாள் வெளியே போய்விடுவார்கள். குழந்தைகளும் பாட்டியும் சித்தியும் போதும் என்கிற மாதிரி இருப்பார்கள். அக்காமாமியார் தனக்குத்தானே முணுமுணுத்துக் கொண்டிருப்பார். இதெல்லாம் எண்ண எண்ண எனக்கு எரிச்சலாக இருந்தது.

இந்த மாதிரி எண்ணங்களும் சத்யா குறித்த எண்ணங்களுமாகச் சேர்ந்து என்னைச் சோர்வடையச் செய்து கொண்டிருக்கின்றன. மற்றபடி ஏதாவது மென்மையான விஷயத்தைக் குறித்து சிந்திக்கலாம் என்று நினைத்து தலையை உலுக்கி சுற்றுச்சூழலைப் பார்த்தேன்.

வலப்பக்கத்து மரத்திலிருந்து காய்ந்த இலைகள் கீழே விழுந்து கொண்டிருக்கின்றன. சற்று தூரத்தில் சிவப்புக் கம்பளம் விரித்தார்போல் வரிசையாக மேஃப்ளவர் மரங்கள் பூச்சொரிந்திருந்தன. இடப்பக்கத்தில் செடிகள், பூக்கள், மரங்கள், பின்பக்கம் உடைந்த சிமன்ட் பெஞ்சுகள், இரும்பு தளவாடங்களின் துண்டுகள், சிமன்ட் கம்பங்கள், ப்ளாஸ்டிக் பாட்டில்கள் என என்னென்னமோ கிடக்கின்றன.

மறுபடியும் தலையை உலுக்கி மென்மையான உணர்வுகள் கொண்ட நினைவுகள் ஏதாவது உண்டா என்று நினைவடுக்குகளுக்குள் நுழைத்துத் தேடினேன். அப்படிப் பெரிதாக ஒன்றும் இல்லை. விடுதியில் தங்கி வேலை பார்த்த காலத்தில் விடுதிப் பக்கத்து பஸ் நிறுத்தத்தில் அடிக்கடி கண்டு பழக்கமான ரமேஷை நினைக்க ஆரம்பித்தேன். ரமேஷ் சுமாரான அழகில் நல்ல உயரத்துடன் இருந்தான். அவனது பார்வையில் அன்பு

நிறைந்து வழிவதுபோல் தோன்றும். சிரிக்கும்போது கண்கள் சின்னதாகிவிடும்.

ஒருநாள் காலையில் பேருந்தில் ஒருகால் வைத்ததும் பேருந்து நகர்ந்து விட அவன் உள்ளேயிருந்து கை நீட்டிப் பிடித்துக் கொண்டான். எனக்கென்னவோ அது பிடித்திருந்தது. அவன் மிகச் சாதாரணமான ஒரு புன்னகை யுடன் அவனது நிறுத்தம் வந்ததும் இறங்கிப்போய் விட்டான். அவனது அக்கறை எனக்குப் பிடித்திருந்தது. அது எனக்கு மகிழ்ச்சியை அளித்தது.

வாழ்க்கை வெறுத்துப் போகும் தருணங்களில் நான் அவனைக் குறித்து சிந்தித்துக் கொண்டும் அவனிடம் என்ன உரையாட வேண்டுமென்று மனத்தில் பேசிக் கொண்டுமிருந்தேன். ஆனால் நாங்கள் இருவரும் பஸ் போயிடுச்சா லேட்டாயிடுச்சா போன்ற வாக்கியங்கள் தவிர வேறு ஒன்றும் பேசிக் கொள்ளும் சந்தர்ப்பங்கள் வரவில்லை. புன்னகை மட்டும் காணும் போதெல்லாம் பரிமாறிக் கொண்டோம் என்பது நினைவில் பசுமையாக இருக்கிறது. அலைபேசி எண்கூட ஒருவருக்கொருவர் கேட்டுக் கொண்டதில்லை என்பதுதான் வேடிக்கையாக தோன்றியது.

திடீரென்று ஒருநாள் அக்காமாமா வந்து அழைத்துக் கொண்டு வந்து விட்டார். இப்பொதெல்லாம் அவன் முகம் கூட மறந்துபோனது போல்தான் இருக்கிறது. அவனிடம் சொல்லிக் கொள்ளவும் இல்லை. இரண்டு நாள் பஸ் நிறுத்தத்தில் அவன் என்னைத் தேடியிருக்கக் கூடும். பின்னர் மறந்துமிருக்கக் கூடும்.

அவன் எனக்கு அன்பு ததும்பும் ஒரு கடிதம் இளம் மஞ்சள்நிற தாளில் எழுதித்தர வேண்டுமென்று அல்ல,

பி. உஷாதேவி

எழுதித் தந்திருக்க வேண்டுமென்று ஆசைப்பட்டேன். அப்படித் தந்திருந்தால் அதை நான் மீண்டும் மீண்டும் படித்துக் கொண்டிருப்பேன். அதன் ஓரங்கள் மடியாமல் பேப்பர் கசங்காமல் பாதுகாத்து வைத்திருப்பேன் என்றெல்லாம் நினைத்துக் கொண்டேன். நட்பென்று கூட சொல்ல முடியாத விஷயத்தைக் குறித்து இப்படியெல்லாம் எண்ணுவது வேடிக்கையாக இருக்கிறதென்று நினைத்துச் சிரித்துக் கொள்ளவும் செய்தேன். இப்போதெல்லாம் அப்படி நினைக்கவும் ஒன்றும் தோன்றவில்லை. வாழ்க்கை வெறுமையாக இருக்கிறது.

சிலநேரம் மன அழுத்தம் கூடியிருக்கும் பொழுது எனக்கு எங்காவது போய்விடலாமென்று தோன்றும். அடிக்கடி நோய்வாய்ப்பட்டு அழுது கொண்டிருக்கும் சிறுகுழந்தை, அதிக அளவில் சேட்டை பண்ணும் பெரிய குழந்தை, பொறுப்பற்று நடக்கும் அக்கா, முகமூடி போட்டபடி அதிகாரம் பண்ணிக் கொண்டிருக்கும் அக்காமாமா, எப்போதும் அதட்டிக் கொண்டிருக்கும் அக்காமாமியார்... இப்படி எல்லாவற்றையும் உதறித் தள்ளிவிட்டு எங்கேனும் போய்விட்டால் என்ன என்று யோசித்தேன். இரண்டு அறைகள் மட்டும் கொண்ட பின்கட்டு வீட்டில் நான் மட்டும்போய் தனியாகத் தங்க முடியாது. இந்த வீட்டிலிருந்து பார்த்தாலே அந்த வீட்டின் பக்கவாட்டுத் தோற்றம் ஓரளவுக்குத் தெரியும். அங்கே இருக்க விட மாட்டார்கள். அதுமட்டுமல்ல. இதெல்லாம் நடைமுறைக்குச் சாத்தியப்படாது என்பது நிதர்சனமான விஷயம்.

பழநி எனும் பெயர் அடிக்கடி வீட்டில் சொல்லப்படுகிற ஒரு வார்த்தையாக மாறிவிட்டிருக்கிறது. பழநி ஒரு கோபக்காரன் என்று பயமுறுத்தவும் செய்கிறார்கள்.

“ஏன்டீ அதை அப்படிச் செய்தே, ஏன்டீ இதை இப்படிச் செய்தே, ஏன் அதைச் செய்யலே, ஏன் இதைச் செய்யலே, இந்த மாதிரியெல்லாம் இருந்தா பழநிக்குப் பிடிக்காது” என்கிற வகையில் அடிக்கடிப் பேசிக்கொள்கிறார்கள்.

பல நாள்கள் சத்யா ஏதோ சொல்ல வருவதும், சம்பந்தா சம்பந்தமில்லாமல் ஏதாவது சொல்லிவிட்டுப் போவதும் கூட வழக்கமாயிற்று. நான் எந்தச் சுவராசியவுமில்லா மல் சரியாகப் பதிலும் கூட சொல்லாமலிருந்ததாலோ என்னவோ பேச்சும் குறைந்துதான் போய்விட்டது. அவன் சின்னம்மா சண்டை பிடிப்பது குறித்துக்கூட இப்பொ தெல்லாம் எதுவும் சொல்வதில்லை.

ஒருநாள் இந்தக் காட்டுபெஞ்சுமேல் அமர்ந்திருந்த போது வந்தவன் திடீரென்று, “பழநி அண்ணன் வேண் டாம்னு சொல்லிடுங்க” என்றான். நான் திடுக்கிட்டுப் போய் அவனை நிமிர்ந்து பார்த்தேன்.

“ஏன் அப்படி சொல்றே” என்று கேட்டேன் நிதான மாக. ”உங்களுக்குச் சரியாவாது” என்றான் முணு முணுப்பதுபோல், எனக்குச் சிரிப்புதான் வந்தது.

“என்ன சொல்றே?” என்று கேட்டதற்கு அவன் பதி லொன்றும் சொல்லவில்லை. மரத்தில் அசையும் இலை களையும் வானத்து மேகங்களையும் பார்த்துக் கொண் டிருந்தான். வானத்தில் கருமேகங்கள் திரண்டிருந்தன. அவன் கண்கள் லேசாகக் கலங்கியிருந்தன.

“சொல்லாமல் உங்களுக்குத் தெரிஞ்சிருக்குமின்னு நெனச்சேன்” என்றான் உடைந்த குரலில். எனக்குத் தூக்கிவாரிப் போட்டது. இவன் என்ன பொருளில்

கூறுகிறான்? என்னைவிட நான்கு வயது சின்னவனாக இருக்கும் இவன் என்ன நினைத்துக் கொண்டு பேசுகிறான். நான் பார்த்துக் கொண்டிருக்கும் போதே அவன் முகம் மாறியது. திமிங்கலக் கதை குறித்துப் பேசியபோது அவனே ஒரு வெள்ளித் திமிங்கலமாக மாறியதுபோல் இப்போது விசித்திரமான முகத் தோற்றம். கண்கள் சிறுத்து வித்தியாசமாகத் தோற்றமளித்த அவனைப் பார்க்க எனக்குப் பயமாகக்கூட இருந்தது. ஆனால் என் முகம் மெலிதான சிரிப்பைத் தாங்கிக் கொண்டிருந்தது.

"விளையாடாதே சத்யா. சின்னப் பையன் மாதிரி இதென்ன பேச்சு" என்று சிரித்தவாறே சொல்லிவிட்டு அங்கிருந்து நகர்ந்துவிட்டேன். அடுத்த தரம் பார்த்தபோது அந்தப் பேச்சையே மறந்துவிட்டவனாக வேறு ஏதேதோ விஷயங்கள் பேசிக்கொண்டிருந்த பின் ஒரு பத்திரிகைக் குறிப்பைப் பற்றி பேசினான்.

ஏமாத்தற பொண்ணுங்களுக்குத் தகுந்த பனிஷ்மென்ட் கொடுக்கறதிலெ தப்பொண்ணுமில்லே என்று ஆரம்பித்து அதை நியாயப்படுத்தியே பேசினான். பேச்சு சற்று ஆக்ரோஷமாகக்கூட இருந்தது. நியாயவும் கருத்தில் கொள்ளவேண்டும் என்றுசொன்னாலும், எல்லாம் அவன் காதிலேயே வாங்கவில்லை. தப்பான புரிதல் காரணமாக இருக்கலாம். சாதாரண நட்பை வேறு மாதிரியாக புரிந்திருக்கலாம். குடும்பச்சூழல் காரணமாக இருக்கலாம் என்று நான் சொன்னதையெல்லாம் ஒத்துக்கொள்ள முடியாது என்று சொல்லிவிட்டான்.

ஏமாற்றுவது என்ற வார்த்தை இந்த விஷயத்தில் சரியானதா என்ற கேள்விக்கு அவனால் சரியாகப் பதில் சொல்ல முடியவில்லை என்றாலும் கோபமான,

இறுக்கமான முகத்துடன் சொன்னதையே திருப்பித் திருப்பிச் சொல்லிக் கொண்டிருந்தான். ஒரு கட்டத்தில் எரிச்சலாகி நான் பேசாமல் இருந்து விட்டேன். போகிறேன் என்றொன்றும் சொல்லாமல் வேகமாக நடந்து போய்விட்டான்.

பின்னர் ஒருநாள் பார்த்தபோது அவன் சரியாகப் பேசவுமில்லை. அடிக்கடி இப்படி ஒரு மாற்றம் அவனிடம் ஏற்படுவதுண்டு. அவனது அம்மா இறந்த பின் அப்பா இரண்டாவதாகக் கல்யாணம் செய்து கொண்டுவந்த சின்னம்மா, அப்பாவிடம் உண்டாகும் கோபத்தை அவனிடம் காட்டிக்கொண்டிருந்தாள். “ஒன் புத்தகங்களையெல்லாம் வேறெங்காவது கொண்டுபோய் வை. இங்கெ எடமே இல்லை. நான் எல்லாத்தையும் எடுத்து எடைக்குப் போட்டிருவேன்” என்று சொல்லி, சத்தம் போடுவாளாம்.

இரண்டே அறைகள் கொண்ட வீட்டில் அவனுக்குப் புத்தகம் வைக்க இடமில்லைதான். பலநாள்கள் காலை யில் பழையது போட்டுவிட்டுச் சோம்பலாகப் படுத்துக் கொள்வாளாம். வேலை செய்யும் போது மிகவும் எரிச்சலு டனும் வேண்டாவெறுப்பாகவும் செய்வாளாம். பாத்திரங் களை வேண்டுமென்றெ தரையில் போடுவாளாம். இதுபோன்று நடக்கும் நாள்களில் அவன் இறுக்கமான முகத்துடன் மௌனமாகவே இருப்பான். நான் அவன் போக்கில் விட்டுவிடுவேன். ஆனால் இப்போது வேறு விதமாக அவனது முகத்தோற்றம் இருக்கிறது.

எனது வீட்டுச்சூழலில் அவனது மாற்றத்தைக் குறித்து யாரிடமும் என்னால் பேசவும் முடியவில்லை. எனது சொந்தப் பிரச்சினைகள் காரணம் அவனைக் குறித்த

எண்ணங்கள் அவ்வப்போது மட்டுமே என்னைக் குழப்பிக்கொண்டிருந்தன. மனத்தின் ஒரு மூலையில் ஒருவித பயம் இருந்தது என்பது நிஜம்தான். அவன் கையில் ஏதாவது ஆயுதத்துடன் வருவானோ, ஆசிட் பாட்டில் வைத்திருப்பானோ, காட்டு பெஞ்சிமேல் அமர்ந் திருக்கையில் பின்பக்கமாக வந்து ஏதாவது செய்து விடுவானோ என்பது போன்ற சிந்தனைகள் மனத்தில் வந்தபோது எனக்குப் பயம் கூடிற்று. பக்கத்து சிமன்ட் பெஞ்சுகளில் சிலபேர் உட்கார்ந்திருப்பதென்றும் அவனுக்கு ஒரு பொருட்டாக இருக்காது என்றும் நினைத் தேன்.

குழந்தையின் டியூஷனை நிறுத்திவிடலாம். வீட்டி லேயே நானே சொல்லித் தருகிறேன் என்று ஜாடை மாடையாக அக்காவிடம் சொல்லிப் பார்த்தேன். காட்டு பெஞ்சி பக்கம் போவதைத் தவிர்ப்பது நல்லது என்று நினைத்தேன். ஆனால் அக்கா, "நீ சொன்னா ஒண்ணும் அவன் கேட்க மாட்டான். படிக்கவும் மாட்டான்" என்று சொல்லிவிட்டாள்.

ஒரு பக்கம் ஓயாத வேலைகள், இன்னொரு பக்கம் பழநி குறித்த எண்ணங்கள் இவைகளுக்கிடையே சத்யா வின் பேச்சு என்னை நிம்மதியிழக்க செய்துவிட்டன. என்னுடைய நேரங்கள் பலபேர் அவரவர் வசதிக்கேற்ப பிய்த்துப் பிய்த்து எடுத்துக் கொண்டிருக்கின்றனர்.

பழநியை வேண்டும் என்றோ வேண்டாம் என்றோ சொல்வதற்கான எந்தவிதச் சுதந்திரமும் இல்லாத சூழலில் என்னால் மௌனமாகத்தான் இருக்க முடிகிறது. மேலும் இதுவரையிலும் அக்காவோ அக்காமாமாவோ அக்காமாமியாரோ என்னிடம் உனக்குப் பழனியை

பிடிச்சிருக்கா என்று கேட்கவில்லை. வசதியாக அந்தக் கேள்வியைத் தவிர்த்தே பேசுகிறார்கள். சரியாகச் சொன்னால் அவர்கள் பேசுகிறார்கள். முடிவெடுக் கிறார்கள். என்னிடம் கடைசியாகச் சொல்கிறார்கள்.

நான் எழுந்து கொள்ளலாம் என்று யோசித்தேன். கடைசியாகப் பார்த்த போது சத்யா தூரத்தில் ஒரு மின்கம்பத்தில் சாய்ந்து நின்று அலைபேசியில் என்னவோ செய்து கொண்டிருந்தான். என்னைக் கண்டு கொள்ளவேயில்லை. நானும் விட்டுவிட்டேன். சராசரிக் கும் மேலாகச் சிந்திக்கும் ஒருவன் தானாகவே ஒரு கற்பனை உலகைச் சிருஷ்டித்திருக்கிறானோ என்ற சந்தேகம் எனக்கிருந்தது. ஆனால் அவன் ஏதாவது செய்துவிடுவானோ என்கிற பயம்தான் கூடுதலாக இருந்தது.

நான் சுற்றுமுற்றும் பார்த்தேன். வானில் கருமேகங்கள் கூட்டமாக வந்து ஒளியை மறைத்துக் கொண்டிருந்தன. இருட்டாக மாறிக்கொண்டிருந்த அந்தச் சூழலில் கிளம்பிவிடுவதுதான் நல்லதென்று எனக்குத் தோன்றி யது. பக்கத்து பெஞ்சுகளில் இருந்தவர்களும் கிளம்ப ஆயத்தமாகிறார்கள்போல் தெரிகிறது. மழை வரக் கூடுமென்று தோன்றுகிறது.

இன்னமும் நான் அவனுக்காகக் காத்திருந்தால் சரி யாகாது. அவன் எந்த முகத்துடன் எந்த எண்ணத்துடன் வருவான் என்று தெரியவில்லை. எனக்கு ஏனோ விபரீதமான எண்ணங்களும் கற்பனைகளுமே வருகின்றன. இந்த இடத்தில் வைத்து ஏதாவது சண்டை போட்டாலும் கூட நீ ஏன் அந்நேரம் அங்கே போனே? என்றுதான் கேட்பார்கள். பார்த்துக்கொண்டு நிற்பவர்கள்

பலர் பலவிதமாகப் பேசுவார்கள். அவன் கத்தியைக் காட்டி மிரட்டினாலும் பார்ப்பவர்கள் பார்த்துக்கொண்டு பேசாமல்தான் நிற்பார்கள். வீதியில் வேகமாகச் செல்பவர்கள் சற்றே நிதானித்துவிட்டு நமக்கெதுக்கு வம்பு என்ற எண்ணத்தில் மறுபடியும் வேகமெடுத்துச் செல்வார்கள்.

வீட்டில் உள்ளவர்களும் என்னைத்தான் குறை சொல்வார்கள். நான் அவனிடம் பேசுவதைப் பெரிய குற்றமாகக் கண்டவர்கள் மேலும் என்னென்ன சொல்ல மாட்டார்கள். ஆனால் யாரும் அவனைப் பெரிதாக ஒன்றும் குறை கூற மாட்டார்கள். அவனது மனத்தில் ஏதேனும் குறையுள்ளதா என்று ஆராயவும் மாட்டார்கள். மனத்தளவில் பாதிக்கப்பட்டவனா என்கிற ரீதியில் பார்க்க மாட்டார்கள். அவன் சரியில்லடீ, அவன்ட்டை பேசாதன்னு எத்தனை வாட்டி சொல்லியிருக்கேன் என்றே ஆளாளுக்குச் சொல்வார்கள்.

நான் அவனிடம் பேசிய, பழகிய முறை சரி யில்லையோ என்று என்னையே நான் கேட்டுக் கொண்டேன். எவ்வளவு தான் அலசிப் பார்த்தாலும் மிகச் சாதாரண நட்பைத் தவிர வேறு எதையும் என்னால் காணமுடியவில்லை. நட்பு என்று சொல்ல முடியுமா என்பதுகூட கேள்விக்குறி தான். ஏனென்றால் நான்தான் என்னுடைய சொந்தப் பிரச்சனைகளிலும் கவலைகளிலும் முழுகிப்போய் கிடக்கிறேனே.

மேலும் இருள் பரவிக்கொண்டிருக்க, நான் எழுந்து கொண்டேன். சற்று தூரத்திலிருந்து குழந்தை ஓடிவந்து கொண்டிருக்கிறான். நான் அவனுக்குக் கையசைத்துக் காண்பித்துவிட்டு நடக்க ஆரம்பித்தேன்.

தன்னிச்சையாக நான் அமர்ந்திருந்த பெஞ்சின் இடப்பக்கமாகப் பார்த்தேன். மா மரத்தின் தாழ்வான ஒரு கிளையில் ஓர் உருவம் இருப்பதுபோல் எனக்குத் தோன்றியது. நான் உற்றுப் பார்த்தேன். அதன் மேனி யெங்கும் ரோமங்கள் காணப்பட்டன. மரத்தின்மேல் பிடித்திருந்த கைகளின் விரல்களின் நீள நீளமாகக் கூரான நகங்கள் இருப்பதுபோல் தெரிந்தது. முகம்போல் தோன்றியது மெதுவாக, மிகவும் மெதுவாக அசைந்து திரும்புவதுபோல் தெரிந்தது. தூரத்திலிருந்து வந்து கொண்டிருந்த பேருந்தின் முன்பக்க லைட்டின் ஒளி சில கணங்கள் அந்த மரத்தின் பக்கம் விழுந்தது. வட்டமாக ஒளிர்கின்ற இரண்டு கண்களை நான் கண்டேன். அது மாயக்காட்சியா நிஜமா என்றெல்லாம் அலசிப் பார்க்க நான் நிற்கவில்லை.

பக்கத்தில் வந்துவிட்ட குழந்தையின் கையைப் பிடித்துக்கொண்டு நான் ஓடுவதுபோல் நடக்க ஆரம்பித் தேன். மறுபடியும் திரும்பிப் பார்க்க எனக்குத் தைரியம் வரவில்லை.

பி. உஷாதேவி

நீரோடை போல்

சின்னத் திண்ணையில் உட்கார்ந்து மாலைவெயிலில் தெருவில் விளையாடும் குழந்தைகளைப் பார்த்துக் கொண்டிருந்தாள் லெட்சுமி. இரண்டு குழந்தை களும் சிரிப்பதும் அழுவதும் ஒருவரை ஒருவர் தள்ளி விடுவதுமாக என்னவோ விளையாடுகிறார்கள். மூன்று சக்கர சைக்கிள் ஓர் ஓரமாக நிற்கிறது. அதன் பக்கத்தில் காவல் இருப்பதுபோல் நாய்க்குட்டி படுத் திருந்தது. தெருத்திருப்பத்தில் ஆட்டோவோ இருசக்கர வாகனங்களோ வரும்பொழுது, "ஏலே வண்டி வருது இப்படி வந்துரு" என்று குரல் கொடுத்துக்கொண் டிருந்தாள் லட்சுமி. அவளுக்குப் பயமாக இருந்தது. திண்ணையில் வெயிலின் சூடு லேசாக இருந்தது.

ஒரு பக்கத்துத் திண்ணையில் மூங்கில் சட்டம் போட்டு மறைத்திருந்த இடத்தில் ஒயர் கட்டில்மேல் சாய்ந்தார் போல் படுத்திருந்த சிதம்பரம் இரண்டு தரம் அவளைப் பார்த்து, "லட்சுமி... ஏய் லட்சுமி" என்று அழைத்தது அவள் காதில் விழவில்லை. அவளது சோர்ந்து காணப் பட்ட கண்களில் கலக்கம் தெரிந்தது. அவள் ஏதோ கவலையில் இருக்கிறாள் போலும் என்றெண்ணி சிதம்பரம் பக்கத்தில் வைத்திருந்த கைத்தடியை எடுத்துத் தரையில் இரண்டு தரம் தட்டினான். அவள் திடுக்கிட்டுத் திரும்பி, "என்ன?" என்று கேட்டாள்.

“எத்தனை மட்டம்தான் கூப்பிடணும் ஒன்ன? நான் இப்படிப் படுத்துக்கிடக்கேன்னுதானே ஒனக்கு என்னெ ஒரு வகயுமில்லாமப் போச்சு. எனக்கு வயசும் ஆச்சு” என்றான் சிதம்பரம்.

லட்சுமி சிரித்தாள். “என்ன ஒரு எம்பது வயசிருக்குமா கிழவனுக்கு? பேச்சைப் பாரு. நாப்பது வயசில சும்மா படுத்திருக்கதுன்னா கஷ்டமாத்தான் இருக்கும். கவலப்படாதீங்க. எல்லாம் சரியாயிரும். மேல உள்ள ஒருத்தன்மேல பாரத்தெப் போட்டிட்டுப் பேசாம இரிங்கோ”என்று ஆறுதல் சொல்வதுபோல் சொல்லிக் கொண்டே அவன் பக்கத்தில் சென்று மருந்தெண்ணெய் போட்டு விட்ட காலில் விரலால் அழுத்திப் பார்த்தாள். “வீக்கமெல்லாம் குறஞ்சிருக்கு” என்று சொன்ன அவள் மெதுவாக அவன் காலை வருடிவிட்டாள்.

‘கைகால் சரியாயிரும். ஆனால் இனிமேல் சந்தேல மூட்டை தூக்க முடியுமோ என்னவோ? ஒரு பெட்டிக்கடெ போட்டு ஓரெடத்துல இருக்கதுதான் நல்லதுன்னு தோணுது. மூட்டையைத் தூக்கிட்டு நடந்து வரப்போ தவறி விழுந்ததில இப்படியாயிப் போச்சுன்னா அது தலையெழுத்துத்தானே. வேறே என்னத்தைச் சொல்ல’ என்று மனத்துக்குள் பேசியவாறே சிதம்பரத்தின் காலை வருடியவாறே தெருவில் விளையாடும் குழந்தைகளைப் பார்த்தாள்.

சிதம்பரம் அவளையே பார்த்துக் கொண்டிருந்தான். வெளியே போகவே அவ்வளவாக விருப்பம் காட்டாத அவள் இப்போது மூன்று வீடுகளில் வேலை பார்க்கிறாள். கழுத்தில் எலும்பு தெரிகிறது. மஞ்சள் கயிற்றில்தான் தாலி போட்டுள்ளாள். இருந்த இரண்டு மூன்று நகைகளும்

மருத்துவச் செலவுக்கே போய்விட்டது. கைகளில் கண்ணாடி வளையல் ஒவ்வொன்று போட்டுள்ளாள். “கை மூளியாப் போடாதே” என்று அம்மா சொன்னாங்களாம். காதில் கிடக்கும் சின்னத்தோடும் ஒற்றைக்கல் மூக்குத்தி யும் மட்டும்தான் மீதிபோல் தெரியுது. கேட்டால் ஒன்றும் சொல்லாமல் சிரிப்பாள். அவளைப் பார்க்க அவனுக்குப் பாவமாக இருந்தது.

லட்சுமி எழுந்து அவனைப் பார்த்துப் புன்முறுவலாகச் சிரித்துக்கொண்டே உள்ளே போகத் திரும்பினாள். போகிற போக்கில்,

“வாங்கலே, கைய காலெ கழுவிக்கிட்டு சாமி கும்பிட்டுக்கிட்டுப் போய் படிங்க” என்று குழந்தைகளைப் பார்த்துச் சொன்னாள். குழந்தைகள் சரிம்மா என்று கோரசாகச் சொல்லிக்கொண்டு விளையாட்டை தொடர்ந்தனர்.

உள் அறையில் ஜன்னல் பக்கமாகத் தரையில் உட்கார்ந்து சுவர்மேல் சாய்ந்து கொண்டு காலை நீட்டி வைத்து முழங்காலில் தைலம் போட்டுக் கொண்டிருக்கிற செண்பகாத்தையைப் பார்த்து அங்கேயே நின்றாள் லட்சுமி. எண்ணெய் குப்பியைத் தலைகீழாகப் பிடித்துள்ளாள். இருந்த ஒரே சொட்டு எண்ணெயும் விழுந்துவிட்டது போலும். கால்வீக்கத்துக்கு எண்ணெய் வாங்க வேண்டும் என்று இவர் யாரிடம் சொல்வார்? உடம்பு முடியாமல் படுத்திருக்கும் இந்த மகனிடமா? தனிக்குடித்தனம் போறோம் என்று கிளம்பிவிட்டு, போன் பண்ணினால் எடுக்காமல் இருக்கும் பெரிய மகனிடமா? அரசு வேலையில் இருக்கும் மாப்பிள்ளையைப் பார்த்துக் கல்யாணம் செய்து வைக்கவில்லை என்று குறையுடன்

குடிகார கணவனுடன் மகிழ்ச்சியற்ற வாழ்க்கை வாழும் மகளிடமா?

யாரிடம் சொல்வார்?

வயதாகி தோலெல்லாம் சுருங்கிவிட்டது என்றாலும் கண்பார்வை தெளிவாகவே உள்ளது. பழைய சேலைகளில் போர்வைகள் தைத்துக்கொண்டிருக்கிறாள். சேலைகளின் முந்தானைகளை வெட்டிவிட்டு ஒரு சேலையை இரண்டாக மடித்து ஓரங்களைத் கைத்தையல் போட்டு இணைத்துக் கொண்டிருந்தாள். அது ஒரு போர்வைபோல இருக்கும். அப்படி இரண்டு போர்வைகள் செய்யும் வேலையில் இருக்கிறாள்.

கீழே பாய் போட்டு படுக்கும் பேரனுக்கும், பேத்திக் கும் மாற்றி மாற்றி உபயோகப்படுத்துவதற்காகத்தான் செய்கிறாள். போர்த்திக் கொள்ளவும் செய்யலாம். எது செய்தாலும் இரண்டு செய்ய வேண்டும். இல்லாவிட்டால் சண்டை வரும். பெரிய நீலகண்ட மாமா வீட்டு மருமகள் தந்தது என்று லட்சுமி சில நாட்கள் முன்பு கொண்டுவந்து கொடுத்த சேலைகள்தான் அவை. அதில் கொஞ்சம் கிழிசல்கள் இருந்த இரண்டு புடவைகளைத்தான் எடுத்துத் தைத்துப் போர்வையாக்குகிறாள்.

சின்னவன் நந்துவின் போர்வையில் ஒரு சிறு கிழிசல் இருந்தாலும் அதில் கைவிரலையோ கால் விரலையோ போட்டு இழுத்து கிழிசலைப் பெரிதாக்கி விடுவான். அது மட்டுமல்ல. சில நாள் இரவில் படுக்கையை நனைத்தும் விடுவான். அதனால் நிறையப் போர்வைகள் வேண்டியுள்ளது. ஜன்னல் வெளிச்சத்தில் தைத்துக்கொண்டிருந்தவள் வெளிச்சம் குறைந்ததும்

எல்லாம் ஓரமாக வைத்துவிட்டுக் காலுக்குத் தைலம் போட்டுத் தேய்த்துக் கொண்டிருக்கிறாள். லட்சுமிக்கு செம்பகாத்தையைப் பார்க்க பாவமாக இருந்தது.

கையை காலை வலிக்கிறது என்றுகூடச் சொல்ல மாட்டாள் அத்தை.

"அவ்வொ இருந்தா தலையை வலிக்கு. காலை வலிக்குன்னு சொல்லலாம். உடனே வா டாக்டரைப் பாக்கலாம்னு சொல்லுவாரு. அப்பவே பாதி வலி போன மாரி இருக்குமே" என்பாள் சில நேரம், இறந்துபோன கணவரை நினைத்து.

லட்சுமி, அத்தையின் பக்கத்தில் போய் உட்கார்ந்தாள். காலைத் தடவ ஆரம்பித்தாள். அழுத்திப் பிடித்துவிட்டாள்.

"எண்ணெ தீந்திட்டுன்னு சொல்லாண்டாமா. நானும் கவனிக்கலே" என்றாள். அத்தை ஒன்றுமே சொல்ல வில்லை. பின்னர் லட்சுமியைப் பார்த்து,

"ஏன் மக்கா ஒன் முகம் வாடி இருக்கு?" எனக் கேட்டாள்.

திண்ணையில் படுத்திருக்கும் சிதம்பரத்தின் காதில் விழாமலிருக்க அத்தையின் காதருகே முகத்தை வைத்து மெதுவாக,

"அது வந்து ரெண்டு வீட்ல வேல போயிரும் போலிருக்கு" என்றாள்.

அத்தை திடுக்கிட்டு, "என்ன சொல்லுகே" என்று கேட்டாள் கவலையுடன்.

"ஆமாத்தே" என்று ஆரம்பித்துவிட்டுப் பேசா மலிருந்தாள் லட்சுமி.

"யார் யார் வீட்ல மக்கா" அத்தையின் கேள்வியில் கவலை தொனித்தது.

"அந்தப் பெரிய நீலாண்ட மாமா வீட்லதான். ஏதாவது பிரச்சினை போல தெரியுது. அந்த மாமாக்கு உடம்பு ரொம்ப கதியில்லாமல்லா போவுது. சிலநேரம் அந்த ஆச்சியையும் மகனையும், மருமகளையும்கூட அடையாளம் தெரிய மாட்டேங்குது. சிலநேரம் என்னையும் தெரியாது. ஆனா சில நாளைக்கு மத்தியானம் லச்சுமி லச்சுமின்னு பலவீனமான குரலிலே என்னைக் கூப்பிடுவாரு.

நான் அவசர அவசரமாகத் தைருசாதம் எடுத்திட்டுப்போயி ஆச்சீட்டை குடுப்பேன். அவங்க ஸ்பூனால் ஊட்டி விடுவாங்க. சிலநாள் அடம் பிடிச்சு சாப்பிடாம தூங்கற மாதிரி கிடப்பார். இப்ப நேத்திலிருந்து தண்ணி கூட குடிக்க மாட்டேங்காரு. அந்த ஆம்பிள நர்சு சொன்னாரு. "இன்னும் ஒரு சில நாள்." அவருக்கு என்னவாம் ஆயிருச்சின்னா என்னை வேலைக்கு வராண்டாம்னு சொன்னாலும் சொல்லீருவா அந்த ஆச்சி. இல்லன்னா வீடு கூட்டப் பெருக்கச் சொல்லி ஏதாம் கொஞ்சமா சம்பளம் தருவா. அது நமக்குச் செலவுக்குப் பத்தாதே" என்றாள் லட்சுமி.

செண்பகாத்தைச் சற்று நேரம் ஏதோ யோசித்துக் கொண்டிருப்பதுபோல் பேசாமல் இருந்தாள். பின்னர்,

"ஒரு பக்கம் பாத்தா இன்னும் கொஞ்சநாள் கூட இருக்கக் கூடாதான்னு தோணுது. இன்னொரு பக்கம் பாத்தா எதுக்கு இப்படிக் கெடந்து கஷ்டப்படணும்னு தோணுது. நம்ம கையில என்ன இருக்கு. கடவுள் என்ன நினைக்கிறாருன்னு யாருக்குத் தெரியும்" என்றாள்.

லட்சுமி பேசாமல் இருந்தாள். அவள் மனத்தில் அரிசி, பருப்பு, உப்பு, புளி, மருந்துச் செலவு என்று சிந்தனைகள் ஓடிக் கொண்டே இருந்தன.

"இதில் நம்ம என்ன செய்ய முடியும் மக்கா? அந்த வீடில்லன்னா இன்னொரு வீடு பாக்க வேண்டியது தான்"என்றார் செம்பகாத்தை யோசனையுடனே.

லட்சுமியும் யோசனையிலே இருந்தாள். பின்னர் எழுந்துபோய் கொஞ்சம் சுக்கு காப்பி போட்டு எடுத்துக் கொண்டுவந்து அத்தைக்கும் சிதம்பரத்துக்கும் கொடுத்தாள். வெளியே எட்டிப்பார்த்து குழந்தைகளை அழைத்தாள்.

"ஏட்டீ அச்சு, ஏலே நந்து, வாங்க பிள்ளேளே, கொஞ்சம் சுக்கு காப்பி குடிங்க" என்றாள் உரக்க.

பத்து வயது அசுவதி என்ற அச்சுவும் ஐந்து வயது நந்தகோபால் என்ற நந்துவும் உள்ளே ஓடி வந்தனர். கை கால்களில் புழுதியுடன் வந்த அவர்களைக் கை கால் கழுவி வரச்சொல்லி, அவர்கள் வந்ததும் சுக்கு காப்பி கொடுத்தாள். தானும் சுக்கு காப்பி குடிக்கும் போதும் சிந்தனையிலேயே இருந்தாள் லட்சுமி.

"சின்ன நீலாண்டண்ணன் வீட்ல என்ன பிரச்சினை? என்று வினவினாள் அத்தை.

"சின்ன நீலாண்டண்ணன் வீட்ல வாடகைக்கு வந்திருக்கிற அந்தப் புருஷன் பொண்டாட்டி ரண்டும் எப்பவும் சண்டை தான். ரண்டு பேருக்கும் முன்னயே பழக்கம் உண்டாம். வீட்ல அவ்வளவு இஷ்டமில்லாம இருந்தாலும் பிள்ளேங்க விருப்பம்னு சொல்லி ரண்டு வீடும் சேர்ந்து

கல்யாணத்தைப் பண்ணி வச்சிருக்காங்க போல. ஆனா போக்குவரத்தெல்லாம் அவ்வளவா இல்லை தான்.

"அதுக சந்தோஷமா இல்லையா?"அத்தை இடை மறித்தாள்.

"அதுக சந்தோஷமா இருக்கற மாதிரிதான் இருக்கும். ஆனா எப்ப சண்டை வரும்னு சொல்ல முடியாது. சிரிச்சுப் பேசிக்கிட்டே இருப்பாங்க. திடீர்னு சண்டெ வந்துரும். நீ ஏன் அவனோடே பேசினே, நீ ஏன் அவளோடே பேசினேன்னு ஆரம்பிச்சாங்கன்னா ஒத்தருக்கொருத்தரு விட்டுக் கொடுக்காம பேசிக்கிட்டே இருப்பாங்க. வீட்ல அதுங்க தூரத்து உறவிலெ ஒரு அத்தை அப்பப்ப வந்து நாலுநாள் நின்னுட்டுப் போவாங்க. போன வாட்டி வந்தப்ப அந்த அத்தெ சொன்னாங்க. "நான் இனி இங்கெ வர மாட்டேன். என்ன பிள்ளேங்க இதுங்க. எப்பப் பாரு சண்டை. சாப்பாடு செஞ்சு வச்சாலும் சாப்பிடாதுங்க. அவன் ஒரு நேரத்துக்கு வரான். அவ ஒரு நேரத்துக்கு வரா. இது எங்கெ போய் முடியுமோ. அவளுக்கு அம்மேட்டெ நான் போயி சொல்லீரப் போறேன்."

சுக்கு காப்பி குடித்துக் கொண்டே இதையெல்லாம் கேட்டுக் கொண்டிருந்த நந்து இடைமறித்து அவசர அவசரமாக, "நான் சொல்லுகேன் ஆச்சி, கேளு" என்ற படி காப்பிக் கப்பை கீழே தரைமேல் வைத்தவன் மீண்டும் கையில் எடுத்துக்கொண்டு எழுந்தான். லேசாகத் தள்ளாடியவாறு பேச ஆரம்பித்தான்.

"இங்க வாடீ, இங்க வாடீ சொல்லுகேன். உனக்கென்ன திமிரா. நீ ஏன் ராகேஷ் கூட பார்லருக்குப் போனே. ஐஸ்க்ரீம் வேணும்னா நான் வாங்கித்தர மாட்டேனா?

நான் கறுப்பா இருக்கேன். அவன் வெள்ளையா இருக்கான்னு தானே அவன்கூடப் போனே. இனிமே உன்னை அவன்கூடப் பாத்தேன்னா, ஐ வில் கில்யூ" என்று திருத்தமற்ற வார்த்தைகளால் சொல்லிக்கொண்டு, அவன் சுவரோரமாக இருந்த பிளாஸ்டிக் பக்கட்டை காலால் உதைத்தான். கொடியில் கிடந்த ஒரு துண்டை இழுத்துத் தரையில் போட்டான். "ஏலே ஏலே என்னலே இது" என்று கத்தினாள் லட்சுமி. அவளுக்குச் சிரிப்பு வந்தது. அச்சு வாயை பொத்திச் சிரித்துக்கொண்டிருந்தாள். அத்தை சிரிப்பை அடக்கிப் பார்த்துக் கொண்டிருந்தாள்.

நந்து அம்மா கத்துவதைக் கண்டு கொள்ளாமல் ஆச்சி பக்கத்தில் தைப்பதற்கு வைத்திருந்த புடவைகளில் ஒன்றை எடுத்து ஒருவிதமாக மடித்துத் தோள் வழியாகப் போட்டான்.

"என்ன என்ன மிரட்டுகியா என்னெ? என்னன்னு நெனச்சே? நீ மட்டும் அந்த சோனுவ ஸ்கூட்டர்ல ஏத்திட்டுப் போகலயா. அது மட்டும் சரியா. உன்னெ எப்படி மாட்டி விடுகேன் பாத்துக்க" என்றபடி புடவை யின் ஒரு நுனியை எடுத்து மின்விசிறி மேல் போட முயன்றான்.

"ஏலே சும்மா இருலே. சும்மா இருலே" என்று மறுபடியும் லட்சுமி கத்தியபடி புடவையைப் பிடுங்கி ஓரமாகப் போட்டாள்.

அச்சு கையைத் தட்டி உரக்கச் சிரித்தாள். நந்து அறைக்குள்ளே சுற்றிச் சுற்றி ஓடினான்.

"போன வாரம் ஞாத்துக்கெழம நான் இவனையும் கூட்டீட்டுப் போயிருந்தேமில்லா. அங்கெ அந்த ஜன்னல்

திரைக்குப் பின்னால ஒளிஞ்சு நின்னு பாத்திருப்பான் போல"என்றாள் லட்சுமி.

நந்து மறுபடியும் ஆச்சியிடம் வந்தாள். "ஆச்சி ஆச்சி இதெக் கேளு. யாரெடி இந்தப் படத்தெ ஒனக்கு ஷேர் பண்ணினது. இதையெல்லாம் நீ ஏண்டீ பாக்கறே? கையில்லாத உடுப்பெ போட்டுக்கிட்டு எடுத்த செல்ஃபியை ஏண்டீ இதிலெ போட்டே? ஆஷ் புஷ், ஆஷ் புஷ்" என்றபடி ஜன்னல் படி மேலிருந்த சோப்பு டப்பா எடுத்து விரலால் அழுத்தினான்.

"ஏலே" என்று கத்தும் லட்சுமியைச் சட்டை செய்யாது நந்து இரண்டு தடவை குதித்தான். மீண்டும் பக்கெட்டை உதைத்தான்.

பின் கீழே கிடந்த சேலையைத் தூக்கித் தோள்மேல் போட்டுக் கொண்டு, "ஏன் நீ மட்டும் பாக்கலாம். நான் பாக்கக் கூடாதா. உனக்கொரு நியாயம் எனக்கொரு நியாயமா. ஆஷ் புஷ், ஆஷ் புஷ்" என்றான்.

"இவன் இங்கிலீஷ்லெ திட்டுகான் போலிருக்கு" என்றாள் அச்சு. எல்லோரும் சிரித்தார்கள்.

"அங்கெ அதுகளுக்கு என்ன பிரச்சினையோ. இங்கெ ஒரே சிரிப்பா இருக்கு" என்று லட்சுமி அலுத்துக் கொண்டாள். குழந்தைகள் மறுபடியும் வெளியே ஓடினார்கள்.

"என்ன சத்தம் இங்கெ?" என்று கேட்டபடி சிதம்பரம் எழுந்து கைத்தடி ஊன்றிக் கொண்டும் சுவரைப் பிடித்துக் கொண்டும் நடக்க முயன்றபோது இரு குழந்தைகளும் இருபக்கவுமாகப் பிடித்துக் கொண்டனர். அதைக் கண்டு லட்சுமி ஓடி வந்து பிடித்தாள்.

“பாத்து மக்கா... பாத்து மக்கா” என்றாள் செம்ப காத்தை. லட்சுமி சிதம்பரத்தைச் சாய்வு நாற்காலியில் உட்கார வைத்தாள். குழந்தைகள் மறுபடியும் வெளியே ஓடினார்கள். அத்தை சிதம்பரத்திடம் பேச ஆரம்பித்தாள்.

லட்சுமி உள்ளே போய் வென்னீர் பாத்திரமும் துண்டும் எடுத்துக் கொண்டு வந்தாள்.

அத்தையின் அருகில் உட்கார்ந்து காலுக்கு ஒத்தடம் கொடுக்க ஆரம்பித்தாள். கால்மூட்டியிலிருந்து பாதம் வரை ஒற்றி ஒற்றி எடுத்தாள். செம்பகாத்தை அன்பொழுக லட்சுமியைப் பார்த்துக் கொண்டிருந்தாள். இருவரையும் சிதம்பரமும் பார்த்துக் கொண்டிருந்தாள். அவனுக்கு அவளிடம் மிகுந்த பிரியம் தோன்றியது.

என்னவெல்லாம் செய்கிறாள் இவள். எங்கோ பிறந்து வளர்ந்து இங்கே தன்னைக் கல்யாணம் பண்ணி வந்து இந்தக் குடும்பத்துக்காக எப்படி உழைக்கிறாள். இது எல்லாப் பெண்களுக்கும் சாத்தியமாகுமா. ஆகுமாயிருக் கும். ஆனால் இவள் அன்போடு, சிரிப்போடு, ஆத்மார்த் தமாகச் செய்து கொண்டிருக்கிறாளே. இது, தான் செய்ய வேண்டியது, தன்னுடைய கடமை என்கிறபடி எல்லாம் சிரித்தவாறே செய்கிறாள். உண்மையிலேயே அவள் சந்தோஷமாக இருக்கிறாளா, சந்தோஷமாக இருப்பதாக காட்டிக் கொள்கிறாளா?

வீட்டில் அம்மா அப்பாவுக்கு ஒரே பெண்ணாகச் செல்லமாக வளர்ந்தவள், இப்போது இரண்டு மூன்று மாதங்களாக மூன்று வீடுகளில் வேலை செய்து கொண் டிருக்கிறாள். அப்பா அம்மாவுக்குத் தெரிவிக்க வேண் டாம் என்றும் சொல்கிறாள். கொஞ்ச நாட்களுக்கப்

புறம் தனக்குச் கால் சரியாக ஆனபின் அவள் வேலைக்குப் போக வேண்டாமே என்கிறாள். அவள் மகிழ்ச்சியாக இருக்கிறாள் என்று எப்படிச் சொல்ல முடியும். அவள் கஷ்டப்படுகிறாள். கஷ்டம்தான் படுகிறாள். நிறைய வேலை செய்து குறைவாக ஓய்வெடுக்கிறாள். நான் இப்படி வேலை செய்ய முடியாமல் படுத்துக் கிடக் கிறேனே. அவளைப் பார்க்க எனக்குக் கஷ்டமாக இருக்கே என்று மனத்துக்குள் அரற்றினான். அவனுக்கு வேதனையாக இருந்தது.

நான் செய்வேனா இதுபோல். லட்சுமியின் தந்தைக் கோ, தாய்க்கோ கால்வீக்கம் வந்தால் தைலம் தேய்த்து வென்னீர் போட்டு ஒத்தடம் தருவேனா. அவர்களுடன் தங்கி அவர்களுக்கு வேண்டியது வாங்கித் தருவேனா. இவளை எனக்கு தந்ததற்குப் பதிலாக நான் அவர்களுக்கு என்ன செய்துள்ளேன்.

எப்போதாவது அவர்கள் மகளைப் பார்க்க வரும் பொழுது நல்ல உணவு கொடுத்து உபசரித்துள்ளேன். விசேஷ தினங்களுக்குத் துணி மணி வாங்கி கொடுத் துள்ளேன். அதெல்லாம் எப்போதாவதுதானே. ஆனால் ஒரே பெண்ணைப் பெற்று வளர்த்துக் கல்யாணம் செய்து அனுப்பியபின் அவளது தாய் தந்தையர்களுக்கு எழும்பும் உணர்வுகள் குறித்து எனக்குத் தெரியுமா. அது தெரிய வேண்டுமென்றால் நான் அச்சுவைக் கல்யாணம் பண்ணி அனுப்ப வேண்டும்.

நல்லவேளை பெயின்று கடை வைத்திருக்கும் கருணா கரன் போல், “உங்கப்பன் என்னடீ கொடுத்தான்?” என்றோ, “பெண்ணை வளத்து வச்சிருக்கற லட்சணத்தைப் பாரு” என்றோ நான் சொன்னதில்லை. சொல்லும்படி

அவள் நடந்து கொண்டதுமில்லை. அவன் மனத்துக்குள் பேசிக் கொண்டிருந்தான்.

லட்சுமி அவனை நிமிர்ந்து பார்த்து முறுவலித்தாள். "இதோ முடிஞ்சிருச்சு" என்றாள்.

"வீட்டுக்கு வேணா போய் ரண்டு நாள் நின்னிட்டு வாயேன்" என்று சொன்னாலும், காலையில் எல்லா வேலைகளையும் முடித்துவிட்டு இருபது கிலோமீட்டர் தூரத்திலிருக்கும் தன் வீட்டுக்குப் போய்விட்டு நன்றாக இருட்டும் முன் வந்துவிடுவாள்.

"ஏன் மக்கா ஒரு நாளாவது நின்னுட்டு வரக்கூடாதா? இங்கெ வேலையெல்லாம் நான் பாக்க மாட்டனா" என்று அம்மா சொல்வாள்.

"இப்ப அம்மாவும் அப்பாவும் நல்லாத்தான் இருக்காங்க. ஓரளவு உழைக்கவும் முடியுது. அவங்க பாட்டெ அவங்க பாத்துக்குறாங்க. ஒன்றும் பிரச்சினை இல்லே. போகப் போக எப்படியோ தெரியலே. அப்ப பாத்துக்கலாம்" என்பாள்.

ஒவ்வொன்றாக நினைக்க நினைக்க லட்சுமியின் அம்மாவையும் அப்பாவையும் இங்கே கூட்டி வந்து, சில நாட்கள் தங்க வைக்க வேண்டும். அன்பு காட்ட வேண்டும் அவர்களுக்கு வேண்டியது செய்து தர வேண்டும் என்றெல்லாம் சிதம்பரத்துக்குத் தோன்றியது. எழுந்து நடமாட ஆரம்பித்த பின் கண்டிப்பாகச் செய்ய வேண்டும் என்று மனத்துக்குள் உறுதி எடுத்துக் கொண்டான். லட்சுமி வேறு ஒரு துண்டும் மறுபடியும் சூடு பண்ணின தண்ணீருமாக சிதம்பரத்திடம் வந்து

உட்கார்ந்து அவனது காலில் ஒத்தடம் கொடுக்க ஆரம்பித்தாள்.

"உனக்குத்தான் எவ்வளவு கஷ்டம்" என்றான். சிதம்பரம் அவள் தலையை வருடியபடி,

"இதிலென்ன கஷ்டம்? எனக்கு ஒன்னுன்னா நீங்க பாக்க மாட்டியளா?" என்று எதிர்கேள்வி கேட்டாள் லட்சுமி சிரித்துக் கொண்டே.

"பின்னே, பாக்க மாட்டனா? இதென்ன கேள்வி? ஆனா நான் இப்படி உனக்கொரு பாரம் மாதிரி இருக்கேனே. நான் பாடுபட்டுச் சம்பாதிக்கிறதுக்குப் பதிலா நீ பாடு படணும்னாயிற்றே, அதுதான் எனக்கு வேதனையாயிருக்கு லட்சுமி" என்றான் சிதம்பரம் உடைந்த குரலில்.

லட்சுமி ஏதோ சொல்ல வாய் திறக்கும்முன் செம்பகாத்தை,

"அப்படியெல்லாம் சொல்லாதெ மக்கா, ஒவ்வொரு நேரம் ஒவ்வொரு மாதிரியாயிருக்கும். எல்லாம் மேலே ஒத்தரு பாத்துக்குவாருன்னு பாரத்தைப் போட்டுக்கிட்டு இரி" என்றாள்.

"ஆமா, எல்லாம் சரியாயிரும்" என்று சொல்லிச் சிரித்தாள் லட்சுமி.

பின்னர் துண்டு, தண்ணீர் எல்லாம் எடுத்துக்கொண்டு உள்ளே போனாள்.

துணியைப் பிழிந்து காயப்போட்டு விட்டு என்ன செய்வது என்று யோசித்துக்கொண்டு அங்கேயே நின்றாள். அவளுக்குக் கவலையாக இருந்தது. இந்த இரண்டு வீடுகளில் உள்ள பிரச்சினை தவிர மூன்றாவது வீட்டிலும்

பிரச்சினை கிளம்பும்போல் தான் தெரிகிறது. ஜானிப் பாப்பா வீட்டில் அவர்கள் மாற்றல் வாங்கி வெளியூர் போய்விட்டால் நமக்குக் கஷ்டம்தான். சாப்பாடு, மருந்து, படிப்புச் செலவு என்று என்னவெல்லாம் பார்க்க வேண்டியுள்ளது.

செம்பகாத்தை பின்பக்கம் வந்தாள். லட்சுமி ஜானிப் பாப்பா வீட்டு விஷயத்தையும் சொல்லிவிடலாம் என்று நினைத்தாள். அவள் ஏதோ சொல்ல விழைகிறாள் என்றறிந்து செம்பகாத்தை அவளது முகத்தைப் பார்த்தாள். லட்சுமியும் சொல்ல ஆரம்பித்தாள்.

"அந்த ஜானிப் பாப்பா அம்மா அப்பாவும் வெளியூர் போலாம்னு ப்ளான் பண்றாங்கப் போலிருக்கு. வேறே ஒரு மாவட்டத்துக்கு மாற்றல் வாங்கிப் போலாம்னு அந்த அக்கா அந்த அண்ணனெ பிச்சு பிடுங்கி எடுக்கிறாங்க. அந்த அண்ணன் ஆனா பாவம். கோபம் படாம இருப்பார். சரி சரின்னுட்டுப் போயிட்டே இருப்பார்."

செம்பகாத்தை இடைமறித்தாள். "எல்லாரும் சொந்த ஊர் பக்கம் இருக்கணும்னுதானே விரும்புவாங்க. இவங்க மட்டும் ஏன் இப்படி?"

"அது வந்து அத்தே, சொந்த ஊரிலெ இருக்கணும்னு விருப்பம்தான் அந்த அக்காவுக்கு. அவங்க சொந்த ஊர் பக்கம் போணும்னு சொல்றாங்க. இங்கென்னா மாமியார் மாமனார் அடுத்த தெருவில் இருக்காங்க. இன்னொரு மகனும் மருமகளும் பிள்ளைகளும்கூட இருக்காங்க. மாமனாருக்கு அடிக்கடி உடம்புக்கு வரும். அந்த மருமகளும் என்னவோ வேல பாக்கறா போல. அதனால இங்கெ போன் பண்ணிச் சொல்லுவாங்க. உடனே

அந்த அண்ணன் போயி என்னான்னு பாத்துட்டு அந்த அக்காவெ அங்கெ இருக்கச் சொல்லும். அந்த அக்காக்கு அதெல்லாம் பிடிக்காது. சின்ன மருமக வேலைக்குப் போற சாக்கில பொறுப்பெ தட்டிக் கழிக்கறா அப்படீன்னு மாமனார் மாமியார்கிட்டயும் அந்த அண்ணன்ட்டெயும் குத்திக் குத்திச் சொல்லிக்கிட்டே இருப்பா. அப்ப அங்கெ சண்டை வரும். நாங்கதான் பாக்கணுமா. நீங்க கூட்டிட்டுப் போயி பாக்கக் கூடாதான்னுவா சின்ன மருமகள்.”

“சரி, மாத்தி மாத்திப் பாத்துக்க வேண்டியதுதானே. இதிலெ சண்டெ என்னத்துக்கு.”

“அதுக்கு ஒத்துமை வேணும். அன்பு வேணும். வாரக் கடைசியானா அந்த அக்கா வெளியே போணும்னு அந்த அண்ணனெ நச்சரிக்கும். வாரநாள்களில் சொந்த வீட்டுக்கு போயிட்டு வந்துரும். ஃப்ரண்ட்ஸோட சேர்ந்து ஷாப்பிங் எல்லாம் போவும். வீட்டில என்ன உண்டு இல்லேன்னு பாக்காது. ஒரு சீரும் கெடயாது. இப்ப வேறெந்த ஊருக் காவது போயிடலாம் மாற்றல் வாங்குங்கன்னு அந்த அண்ணனை நச்சரிக்குது. சரி பாக்கலாம்னு அந்த அண்ணனும் சொல்லிக்கிட்டிருக்கா. அப்படியே மாற்றல் கெடச்சு அவங்களும் போயிட்டாங்கன்னா நமக்குக் கஷ்டம்தான்” என்றாள் கவலையுடன்.

அதுசரிதான் என்று சொல்லிவிட்டு, அத்தை யோசனை யோடு உள்ளே போய்விட்டாள். இதைப் போன்ற பிரச்சினை வரும்போது அத்தை, “நம்மளே ஏதாச்சும் செய்யலாமா லட்சுமி? தோச மாவரச்சு கடைகளில கொடுக்கலாமா? அபார்ட்மென்ட்ல யாருக்காவது கூட்டு, குழம்பு வேணுமான்னு கேட்டு செஞ்சு கொடுக்கலாமா?” என்றெல்லாம் யோசனை கேட்பாள். இதெல்லாம் செய்ய

லாம்தான். ஆனால் அத்தைக்கு உடல் ஆரோக்கியம் போதாது. முதல் போடுவதற்கான பணம் வேண்டும். ரிப்பேர் ஆன கிரைண்டரைத் தூக்கிப் போட்டுவிட்டுப் புதுசு வாங்கினால்தான் மாவரைக்க முடியும். அதற்கு பணம் வேண்டும். அரைக்கிற மாவு விற்றுப்போக வேண்டும். இன்னும் பல விஷயங்கள் உள்ளன. அதனால் எல்லாம் சரி சரி என்று தலையாட்டி விட்டு லட்சுமி பேசாமல் இருந்து விடுவாள். சந்தையில் நிலவும் போட்டி குறித்தெல்லாம் அத்தைக்கு அவ்வளவாகத் தெரியாது. இப்போதும், இன்ன இன்ன செய்யலாம் என்று பேசப் போகிறாள் போலிருக்கிறது என்று லட்சுமி எண்ணிக் கொண்டாள்.

அவள் உள்ளே போகவில்லை. வாசல்படியிலேயே உட்கார்ந்து கொண்டாள். காற்று சிலுசிலுவென்று வீசிக் கொண்டிருந்தது. சற்று தூரத்தில் இருக்கும் கோயிலில் மணியடிக்கும் ஓசை கேட்டது.

ஜானிப் பாப்பா வீட்டில் உள்ளவர்கள் மாற்றல் வாங்கிப்போனாலும் அங்கே வேறு யாராவது வரக்கூடும். அவர்களுக்கு வேலைக்கு ஆள் தேவைப்படலாம். தேவைப்படாமலும் இருக்கலாம். ஆள் வேண்டுமென் றால் போகலாம். ஆனால் அவர்கள் நல்ல ஆட்களாக இருக்க வேண்டுமே. வேலை செய்பவர்கள் நல்ல குணத் தோடு இருக்கவேண்டுமென்பது போலவே, வேலை தருபவர்களும் நல்லவர்களாகவே இருக்க வேண்டுமே.

முந்தின நாள் பெரிய நீலாண்ட மாமா வீட்டுக்குப் பால் கொண்டுவரும் வேலம்மக்கா, சன்னதித் தெருல ஒரு வீட்ல ஆள் தேடறாங்க. நீ வேணா கேட்டுப் பாரேன் என்று சொன்னதைக் கேட்டு சாயங்காலம் வேலை

முடித்து வரும் வழியில் அந்தப் பங்களா வீட்டுக்குப் போனதை நினைவு கூர்ந்தாள் லட்சுமி.அவள் முன்பக்க பெரிய கேட் வழியாக உள்ளே நுழைந்தபோது வாசலிலும் முற்றத்திலும் நிறையச் செருப்புகள் கிடந்தன. தெருவில் வரிசையாக ஒரு சில கார்கள் நின்றன. வெளியே யாரையும் காணவில்லை.

அவள் வீட்டின் பக்கவாட்டு வழியாகப் பின்பக்கம் போனாள். ஏதோ ஓர் அறையில் நிறையப் பேர்கள் பேசும் சிரிக்கும் குரல்கள் கேட்டன. அவள் அந்தப் பக்கம் திரும்பாமல் நடந்து பின்பக்கம் போய்விட்டாள். அங்கேயும் கதவு சாத்தப்பட்டிருந்தது. படிக்கட்டுப் பக்கம் சாப்பாட்டு மிச்சங்கள் கொண்ட காகிதத் தட்டுகளும் கப்புகளும் நிறைந்த வாளிகள் இருந்தன. ஏதோ பார்ட்டி நடக்கிறதாயிருக்கும் என்று யூகித்து ஓரிரு நிமிடங்கள் நின்றுவிட்டுத் திரும்பி நடந்தாள்.

அப்படி நடக்கும்போது ஒரு ஜன்னல் திறந்து கிடப்பதைக் கண்டாள். அவள் பார்வை உள்ளே போயிற்று. அங்கே ஒரு பெண் நின்றிருந்தாள். ஒவ்வொருவரிடமும் போய் ஏதோ பேசிக்கொண்டு நின்றிருந்தாள் அவள். அவளது சிரிப்பு அறையில் முழங்கிக் கொண்டிருந்தது. மேஜைமேல் விதவிதமான உணவுப் பொருள்கள் நிரப்பப்பட்ட தட்டுகள் இருந்தன. இன்னொரு பெண் தட்டுகளைக் கொண்டு வைத்துக்கொண்டும் எடுத்துக்கொண்டு போய்க்கொண்டும் அங்குமிங்குமாக நடந்து கொண்டிருந்தாள். ஒருவன் எனக்குத் தண்ணீர் கொண்டு வா என்றபடி அவளது கையைப் பிடித்தான். அவள் வெடுக்கென்று கையை இழுத்துக் கொண்டாள். எல்லோரும் சிரித்தனர். அவள் முகத்தில் எந்த

உணர்ச்சியையும் காட்டாமல் வேலையைத் தொடர்ந்து செய்து கொண்டிருந்தாள்.

லட்சுமிக்கு என்னமோ பயமாக இருந்தது. அவளுக்கு ஒன்றும் பிடிக்கவில்லை. அவள் அவசர அவசரமாக முற்றத்துச் செடிகளின் நிழல்கள் பிடித்து நடந்து கேட்டைக் கடந்து தெருவிலிறங்கி நடந்தாள். ஜன்னல் வழியாகப் பார்த்ததை யாராவது கவனித்தார்களோ என்னவோ என்று பயத்துடன் லேசாகத் திரும்பிப் பார்த்தாள். இப்போதும் அந்த வாசலில் யாருமில்ல. அவள் வேகமாக நடந்து வீட்டுக்கு வந்துவிட்டாள். யாரிடமும் ஒன்றும் சொல்லவில்லை.

ஆனால் இன்று காலையில் நீலாண்ட மாமா வீட்டில் வேலை முடித்துவிட்டு சின்ன நீலாண்டண்ணன் வீட்டுக்குப் போகும்போது பக்கத்துத் தெரு தங்கமணி யக்காவைக் கண்டாள். அவளிடம் அந்தப் பங்களா வீடு பற்றி விசாரித்தாள்.

"அங்கெல்லாம் நீ வேலைக்குப் போ முடியாது லட்சுமி. அங்கே சமையல் வேலைக்கு, வெளியே வேலைக்குன்னு ஆள் உண்டு. சமையலுக்குக் கூடமாட நிக்கத்தான் ஆள் தேடறாங்க. அத்தோட பெரிய பெரிய அறைகளை கூட்டணும், தினமும் துடைக்கணும், அதெல்லாம் செய்யலாம். ஆனா அங்கெ அடிக்கடி பார்ட்டி நடக்கும். அப்ப நெறய ஆளுங்க வருவாங்க. அவங்களெ உபசரிக்கணும். அதுக்கு ஒரு பொம்பளை வரும். அது வேலைக்காரங்களெ அதைச் செய், இதைச் செய்னு ஆடர் போட்டுக்கிட்டு நிக்கும். காரோட்டியும் கூட நிப்பான். அவன் எதையாவது வாங்க வெளியே போனான்னா வெளிவேலைக்கு

நிக்கக்கூடிய பெண்ணைக் கூப்பிடுவாங்க. அவளுக்கு அதெல்லாம் பிடிக்காது. ஆனாலும் வேறெ வழியில்லாம தண்ணி கொடுக்க தட்டு எடுக்கன்னு செய்வா. வேறெ எங்கயாவது போணும்னு சொல்லிக்கிட்டிருப்பா. உனக்கு அங்கெல்லாம் சரிப்படாது லட்சுமி. நீ அங்க போயி கேக்காதே" என்று நீளமாகச் சொல்லி முடித்தாள் தங்கமணி.

"உள்ளெ வா மக்கா இருட்டப் போவுது" என்ற படியே செம்பகாத்தை பின்னால் வந்து நின்றாள். லட்சுமி எழுந்து கொண்டாள்.

கொல்லைக் கதவை சாத்தித் தாழ்போட்டுவிட்டு லட்சுமி முன்னறைக்கு வந்தாள். அத்தையும் பின்னாலேயே வந்தாள்.

குழந்தைகள் கைகால், முகம் கழுவி வந்தபோது லட்சுமி மாடத்தில் சிறு விளக்கை ஏற்றினாள். குழந்தைகள் அவசர அவசரமாகத் தீபம் தொட்டுக் கண்ணில் ஒற்றிக்கொண்டு படிக்கும் அறைக்குச் சென்றன. படிக்கும் அறை என்றெல்லாம் தனியாகக் கிடையாது. அத்தை படுக்கும் அறையும் அதுதான்.

அத்தை அறைக்குச் செல்லாமல் லட்சுமியிடம், "அந்தப் பங்களா வீட்டிலெ வேலைக்கு ஆளு தேடறதா சொன்னியே?" என்று துவங்கினாள். லட்சுமி முந்தின நாள் அங்கு போனதும் கண்டதும் குறித்து விபரமாகச் சொன்னாள்.

"சரி அங்கெ போவண்டாம்" என்று சொன்னபடி செம்பகாத்தை திண்ணைப் பக்கமாக உட்காரப்போனாள். லட்சுமி சமையலறைக்குச் சென்றாள்.

பி. உஷாதேவி

யார் வீட்டிலாவது பிரச்சினை வந்தால் என் வீட்லயும் பிரச்சினை வருது. ஒத்தருக்கொத்தர் விட்டுக் கொடுத்து அன்போட இருந்தாங்கன்னா எல்லாம் நல்லாத்தான் இருக்கும். எனக்கும் நிம்மதியா இருக்கும். ஏன் இப்படி ஒத்தருக்கொத்தர் அன்பில்லாம இருக்கிறாங்க. வாழ்க்கையில அன்புதான் முக்கியம்கறதெ ஏன் மறந்திடறாங்க. பணம் வசதி எல்லாம் இருந்தாலும் அன்பில்லாம வாழ முடியுமா. அப்படி வாழ்ந்தால் அது நன்றாக இருக்குமா. இப்பொழுது கொஞ்ச நாள்களாக இந்த வீட்டில் கொஞ்சம் வறுமை உள்ளது.

சிதம்பரத்துக்கென மருத்துவச் செலவுகள் போக மீதி பணத்தில்தான் சாப்பாடு, படிப்பு என்று செலவு செய்ய முடிகிறது. சிலநாள் ராத்திரில அத்தையும் நானும் மீதி இருக்கிறதெ பங்கு போட்டுச் சாப்பிடற மாதிரி இருக்கு. நான் சாப்பிடறேனா இல்லையான்னு அத்தையும் அவரும் எவ்வளவு கவனத்தோட இருக்காங்க. தனக்கு உடம்பு முடியாமல் போய்விட்டதே, வேலை செய்து பணம் கொண்டுவந்து குடும்பத்துக்குத் தர முடியலேயேன்னு அவரு எவ்வளவு வருத்தப்படறாரு. அடிப்படையிலே அன்பிருக்கணும். அதான் வேணும்" என்றெல்லாம் தனக்குள்ளே பேசியபடி ஒரு சில வேலைகள் முடித்து விட்டு வெளியே வந்து, சிதம்பரம் பக்கத்தில் தரையில் அமர்ந்தாள்.

புருவத்தின் மேலே விண்விண் என்று வலிப்பதை விரல்களால் ஒரு தடவை அழுத்தினவள் சட்டென்று விரலை எடுத்துவிட்டாள். சிதம்பரம் அவளையே பார்த்துக் கொண்டிருக்கிறான். லட்சுமிக்குத் தலையை வலிக்கிறதோ என்று அவள் கவலைப்படுவானே என்ற நினைப்பில் மெல்ல எழுந்து குழந்தைகள்

என்ன செய்கிறார்கள் என்று பார்க்கும் சாக்கில் அடுத்த அறைக்குள் சென்றாள்.

சிதம்பரம் அவளையே பார்த்துக் கொண்டிருந்தான். குழந்தைகள் அருகே அமர்ந்திருந்த அவளது பக்க வாட்டுத் தோற்றத்தைக் கவனித்தான். மெலிந்துதான் போய்விட்டாள். கஷ்டப்படுவதைக் காட்டிக் கொள்ளா மலிருக்க கஷ்டப்படுகிறாள். எப்போதும் முகத்தில் ஒரு புன்முறுவலை ஒட்ட வைத்துக் கொண் டிருக்கிறாள். ஆனால் அதிலும் இழையோடும் கவலை தெரிகிறதுதான்.

உடம்பு இன்னும் கொஞ்சம்கூட தேறினால் ஒரு பெட்டிக்கடை போட்டு உட்கார்ந்து கொள்ளலாம் என்று அவள் சொன்ன ஐடியா நன்றாகத்தானிருக்கிறது. ஆனால் அதற்கும் பணம் வேண்டும். அப்படியே பெட்டிக் கடை வைத்தாலும் அது மட்டும் போதுமா. பிள்ளை களின் படிப்புக்கே நிறையச் செலவாகிறதே என்றால் தோசை மாவரைத்துக் கடைகளுக்குத் தரலாம். கூட்டு குழம்பு எல்லாம் தயார் பண்ணி அபார்ட்மென்டில் உள்ளவர்களுக்குத் தேவைப்பட்டால் தரலாம் என்றெல் லாம் சொல்கிறாள். எல்லாம் கேட்க நன்றாகத் தானிருக்கிறது. செய்து பார்க்கும் போதுதான் அதன் கஷ்ட நஷ்டங்கள் தெரியும் போலிருக்கிறது. அவன் ஒரு பெருமூச்சு விட்டுக்கொண்டு வெளியே பார்த்தான். வாசலில் நிழலாடுவது போல தோன்ற, அவன் லட்சுமி என்றழைத்தாள்.

லட்சுமி வெளியே வந்தாள். அங்கே ஜானிப் பாப்பா வீட்டுக்குக் காய்கறி வாங்கித்தரும் வசந்தாக்கா நின்றிருந்தாள்.

“ஜானிப் பாப்பா தாத்தா பாட்டி நாளைக்கு இங்கெ

வர்றாங்களாம். கொஞ்ச நாளைக்கு இங்கெதான் இருப்பாங்களாம். ஜானிப் பாப்பா அப்பா மாற்றல் வேண்டாம்னிட்டாராம். என்னவோ இப்ப எல்லாரும் நல்லாப் பேசிக்கிட்டிருக்காங்க. ஜானிப் பாப்பா அம்மா கூட சந்தோஷமாகப் பேசறாங்க. கிராமத்து வீடு இவங்கப் பேரில எழுதப் போறதா தாத்தா பாட்டி சொன்னாங்க போலன்னு அவங்கப் பேச்சிலேருந்து ஊகிச்சுக்கிட்டேன். எப்படியோ எல்லாம் நலலா இருந்தா சரி. நாளைக்குக் கொஞ்சம் சீக்கிரமா நீ அங்கெ போணும்னு சொல்ல சொல்லிவிட்டாங்க. அதான் வந்தேன். சரி, நான் போறேன் நேரமாயிற்று" என்றபடி நடக்க ஆரம்பித்தாள். லட்சுமி சிரிப்புடன் சரி என்றாள்.

லட்சுமிக்குக் கொஞ்சம் மகிழ்ச்சி தோன்றியது. இப்போதைக்கு ஒரு பிரச்சினை தீர்ந்தது. செம்பகாத்தை யும் மனசுக்குள் வருத்தப்பட்டுக் கொண்டு தானிருக் கிறாள். மகன் கல்யாணம் செய்து கொண்டு வந்த பெண் இப்படி நாலு வீட்டில் வேலை பார்த்துச் சம்பாதித்துக் கொண்டு வந்து சாப்பிட வேண்டியிருக்கிறதே என்று உள்ளுக்குள் மிகவும் வருத்தப்பட்டுக்கொண்டு தானிருக் கிறாள். அதனாலேயே ரொம்பவும் அன்பும் பரிவும் காட்டுகிறாள்.

சிதம்பரத்தின் அண்ணனும் தங்கையும் வருடத்துக் கொருதரம் ஏதோ கடமை என்பதுபோல் வந்து தலையைக் காட்டிவிட்டுப் போகிறார்கள். செண்பகாத்தை அவர் களது பேச்சே எடுப்பதில்லை. அவர்கள் இப்படி விட்டேற்றியாக இருக்கிறார்களே என்று உள்ளுக்குள் கவலைப்படுகிறாளாயிருக்கும். அவள் யோசனையோடு வாசலில் சாய்ந்து நின்றாள்.

செண்பகாத்தை அறையிலிருந்து எட்டிப் பார்த்தாள். சிதம்பரம் சும்மா கூரையை வெறித்துக்கொண்டு சாய்வு நாற்காலியில் சாய்ந்திருக்கிறான். அவன் மிகவும் கவலையோடிக்கிறான். அவனுக்கு அடிபட்டுவிட்டது என்று தெரிவித்த பின்பு சரவணனும் சியாமளாவும் ஒருதரம் வந்து பார்த்ததோட சரி. பின்னெ எப்பவாம் போன்பண்ணிக் கேட்கிறாங்க. அவ்வளவுதான். மற்றபடி வேலை செய்து சம்பாதித்துக் குடும்பத்தைப் பார்த்துக் கொண்டிருந்தவன் திடீரென்று படுத்துவிட்டானே, அந்தக் குடும்பம் எப்படி நடக்கிறது என்று யோசிக்க வேண்டாமா? ஏதாவது உதவி செய்ய வேண்டும் என்று தோன்ற வேண்டாமா? கேட்காமலேயே உதவி செய்ய வேண்டாமா? ஏன் இவர்கள் இப்படி இருக்கிறார்கள்.

சிதம்பரம் அவர்களுக்கு எவ்வளவு உதவி செய் துள்ளான். சரவணன் கல்யாணத்துக்கப்புறம் மனைவி வீடே கதி என்று இருக்கிறான். சியாமளாவைக் கல்யாணம் செய்த பின்தான் அவள் கணவன் தண்ணி யடிக்க ஆரம்பித்தான் என்று அவளது மாமியார் சொல்கிறாள். ஆனால் குடிகாரப் புருஷனுக்குக் கட்டி வச்சிட்டாங்கன்னு சியாமளாவுக்குக் குறை. அதுவும் சிதம்பர அண்ணன் மாப்பிள்ளையைப் பற்றி சரியாக விசாரிக்கவில்லை என்று எப்போதும் சொல்வாள். இருந்தாலும் சியாமளாவை நன்றாகப் பார்த்துக் கொள் கிறான் என்றுதான் அவளது மாமியாரின் தங்கை கோயிலில் பார்க்கும்போது சொல்கிறாள்.

எப்படியோ எல்லோரும் நன்றாக இருந்தால் சரி. சரவணனும் அவன் வரையில் சந்தோஷமாக இருப்ப தாகவே தான் தெரிகிறது. அவன் அம்மாவைக் கவனிப்ப தில்லை. பணம் தந்து உதவுவதில்லை என்றெல்லாம்

யாரிடம் போய் சொல்ல. சிதம்பரம் அதெல்லாம் விரும்புவதில்லை. எதிர்பார்ப்பதுமில்லை, "அதான் நான் இருக்கேன்லம்மா" என்பாள்.

செண்பகாத்தை வெளியே வந்து திண்ணைமேல் உட்கார்ந்தாள். லட்சுமி வாசலிலேயே சாய்ந்து நின்று கொணடிருந்தாள். வசந்தாக்கா சொன்ன சேதியை அத்தை யிடம் சொன்னாள் லட்சுமி. அப்போது அவளது கைபேசி அழைத்தது. உள்ளே சென்று அதை எடுத்துப் பேசினாள். பின்னர் சிரித்துக்கொண்டே சிதம்பரத்திடம் வந்தாள். அத்தையும் உள்ளே பார்க்கும் வகையில் திரும்பி உட்கார்ந்தாள். இருவரும் கேட்கும்படியாக அவள்,

"அந்தச் சண்டை போடற ரண்டுபேரும் இருக்கிற வீட்ல அந்தப் பையனோடே அப்பா அம்மா வராங் களாம். கொஞ்ச நாள் இருப்பாங்களாம். சாயந்தரம் கொஞ்சநேரம் கூட நான் அங்கெ இருக்கணுமாம். அந்தப் பொண்ணு சந்தோஷமா பேசிக்கிட்டிருக்கு. நல்லா இருந்தா சரி. இனிமே உங்க வீட்டுக்கு நீ போ, எங்க வீட்டுக்கு நான் போறேன்னெல்லாம் சொல்ல மாட் டாங்க போலேருக்கு" என்றாள். அவளுக்குக் கவலை குறைந்திருந்தது.

"சரி தான். பெரியவங்களும் சின்னவங்களும் எல்லாம் அனுசரிச்சுத்தான் போணும். சந்தோஷம் தான் முக்கியம். பிள்ளைங்க சந்தோஷமா இருந்தாத்தான் பெரியவங்களும் சந்தோஷமா இருக்க முடியும். அதே மாதிரி தான் பெரியவங்களெ மனசு கஷ்டப்படுத்திக்கிட்டு பிள்ளேங்களும் சந்தோஷமா இருக்க முடியுமா? முடி யாது. அடிப்படையில் அன்பிருக்கணும். அப்பத்தான் வாழ்க்கை நல்லா இருக்கும்" என்றாள் அத்தை.

"நாளைக்குப் பால்காரன்ட்டெ கொஞ்சம்கூட பால் வேணும்னு சொல்லிடு. உனக்கு வேலை ஜாஸ்தியாவுது" என்றான் சிதம்பரம்.

"அது பரவால்லே, வேல போகாம இருந்தா சரி" என்று சொல்லிச் சிரித்தாள் லட்சுமி. சிதம்பரமும் செம்பகாத்தையும்கூட சிரித்தார்கள்.

வெளியே இரவுப் பறவைகள் குதூகலத்துடன் சங்கேத மொழியில் பேசிக்கொண்டு பறந்து கொண்டிருந்தன.

வீட்டின் பின்பக்கமுள்ள வாய்க்காலில் நீர் ஓடும் ஓசை இனிமை நிறைந்த இசைபோல அவளுக்குத் தோன்றியது.

யாழும் நிழலும்

ஒன்று

எதிலிருந்தோ தப்பிக்க வேண்டும் என்பதுபோல்தான் இருந்தது. அவர்களுடைய அவசரமான செய்கைகள். ஊருக்குக் கிளம்ப வேண்டும் என்று இரண்டு நாள்களாகச் சொல்லிக் கொண்டிருந்தவர்கள்தான். ஆனால் இன்னும் கொஞ்ச நாள்கள்கூட இங்கே தங்கியிருக்க வேண்டும் என்று நான் கேட்டுக்கொண்ட போது, அவர்கள் மெலிதாகப் புன்சிரிப்பாகச் சிரித்தார்களே தவிர சரியென்று சொல்லவில்லை. இருந்தாலும் உடனே ஒன்றும் கிளம்பிவிட மாட்டார்கள் என்றுதான் நானும் இருந்தேன். நான்கு நாள்களாகியும் ஆதி வந்து சேரவில்லை என்பது குறித்த பேச்சு வந்தபோது அவர்கள் மின்கட்டணம், குடிநீர் கட்டணம் எல்லாம் கட்ட வேண்டும். வேறு சில வேலைகளும் உள்ளன என்றெல்லாம் சொல்லிக் கிளம்பிவிட்டார்கள். நூறு கிலோமீட்டர் தொலைவில் இருக்கும் சொந்த ஊருக்குச் செல்வதாகத்தான் சொன்னார்கள் என்றாலும் ஒருவேளை ஆதியைத் தேடித்தான் செல்கிறார்களோ என்றொரு சந்தேகம் எனக்கிருந்தது.

ஆதி வந்தப்புறம் போனாப்போறதான்னு தான் கேக்கறேன் என்றபோது, அத்தை என் கையைப் பிடித்து, “அவன் வந்துருவான். இன்னிக்குச் சாயங்

காலத்துக்குள்ளே வந்துருவான். கவலைப்படாதே" என்றபடி படியிறங்கிப் போய்விட்டார். கேட்டை வெளியே நின்று சாத்திவிட்டு மாமா, "தனியா இருக் கோமேன்று பயப்படாதே, பத்மாவதியை வரச்சொல்லி இருக்கேன். அவ மத்தியான்னத்துக்குள்ளே வந்துருவா" என்றபடியே ஆட்டோவில் ஏறிக்கொள்ள, அத்தையும் ஏறிக்கொள்ள ஆட்டோ போய்விட்டது. பத்மாவதி அக்கா அவர்களுக்குத் தூரத்து உறவு.

அவர்கள் ஏறிச்சென்ற ஆட்டோ கண்ணிலிருந்து மறைந்தபின் வெறிச்சென்றிருந்த தெருவைப் பார்த்துக் கொண்டு வாசலிலேயே சற்றுநேரம் நின்றேன். எனக்குச் சரியாக ஒன்றும் புரியவில்லை. எல்லாம் குழப்பமாக இருக்கிறது. யாரும் எதுவும் மனம்விட்டுப் பேசுவதாக இல்லை. என்ன பிரச்சனை என்று தெரிந்தால்தானே அதற்கென்ன பரிகாரம் என்று யோசிக்க முடியும். ஏதோ பிரச்சினை உள்ளதென்று தெரிகிறது. ஆனால் ஒன்றுமில்லையென்றே எல்லோரும் சொல்கிறார்கள். அதுதான் ஏனென்று புரியவில்லை.

வாசலிலேயே கதவில் சாய்ந்தவாறு தரையில் உட்கார்ந்தேன். வெளியே சூடற்ற வெயில் பரவிக் கிடக் கிறது. செண்பகமலர்களின் வாசனை காற்றுடன் கலந்து வருகிறது. வெளிச்சுவரோரமாக இருக்கும் மரத்தின் இலைகள் மெலிதாக அசைந்து கொண்டிருந்தன. மரநிழலில் இரண்டு மைனாக்கள் தத்தித் தத்தி நடந்துவிட்டு விருட்டென்று பறந்து போயிற்று. அணிலொன்று அவசரமாக மரத்தின்மேல் ஏறிற்று.

நான் தலையைத் திருப்பி வீட்டினுள்ளே பார்த்தேன். என்றும் காணும் காட்சிகள்தான். இளம்நீல வண்ணம்

கொண்ட சுவர்கள், பூக்களின் படங்களுள்ள திரைச் சீலைகள், நாற்காலிகள்... இன்னபிற. சுவரில் மாட்டப் பட்ட சித்திரத்தைக் கவனித்தேன். அதில் மண்பாண்டங்கள் செய்யும் ஒரு குடும்பம் இருந்தது. ஆண் ஒருவன் கையால் சுற்றப்படும் சக்கரம் வைத்துக்கொண்டு கூஜா போன்ற ஒன்றைச் செய்துகொண்டிருந்தான்.

பக்கத்தில் ஒரு மூதாட்டி அமர்ந்திருந்தாள். அவள் சக்கரம் சுற்றி விடுவாளாயிருக்கும். ஒரு பக்கம் ஒரு சிறுகல் மேல் உட்கார்ந்தவாறே பாத்திரங்கள் கழுவிக் கொண்டிருக்கும் ஒரு பெண். அந்தப் பெண்ணின் தோள் மீது சாய்ந்தவாறு ஓர் இளம் பாலகன். அவனுக்குப் பசிக்கிறதோ என்னவோ, இவள் எப்போது பாத்திரம் கழுவி முடித்து, சமையல் செய்து அந்தக் குழந்தைக்குச் சாப்பாடு போடுவாள். அதுவரை குழந்தை அழாம லிருக்குமா? இடையே மழை வந்துவிட்டால், அந்த ஆண்மகன் என்ன செய்வான். வனைந்து வைத்த பொருள்களை அவசர அவசரமாக எடுத்துத் திண்ணையில் சுவரோரம் வைத்து விடுவானோ? அந்த மூதாட்டியும் உதவுவாளோ. பனை ஓலைக்கூரை வழியே அந்தத் திண்ணையில் நீர் விழுமோ.

சற்று பலமாக வீசிய காற்றில், உள்ளே ஏதோ ஒரு ஜன்னல் அடைத்துக்கொண்ட சத்தம் கேட்டது. நான் எழுந்து கொண்டேன். மண்பானை செய்பவனின் பனை ஓலைக் கூரையைவிட என்னுடைய கூரை நிறைய ஓட்டைகளுடன் பலவீனமாக இருப்பதாகப் பட்டது. அவனது கூரையைப் புதுப்பனை ஓலைகளால் சரி பண்ணிவிடலாம். என்னுடைய கூரையை நான் எப்படிச் சரி செய்வேன். இப்படியெல்லாம் சிந்திக்கையில் எனக்குச்

சிரிப்பு வந்தது. நான் நிமிர்ந்து கான்கிரீட்டாலான சீலிங்கை ஒரு தரம் பார்த்தேன்.

ஆதியைக் குறித்து ஒன்றும் யாரிடமும் சொல்ல முடியாமல் இருக்கிறது. சொன்னால் ஏதாவது தப்பாகி விடுமோ என்றும் பயமாக உள்ளது. முழுவதும் கேட்கும் பொறுமையில்லாமல் அப்பா கோபப்பட ஆரம்பிப்பார். "நீ ரொம்ப யோசிக்கிறே. அதான் உனக்கு இப்படியெல்லாம் தோணுது. சும்மா போட்டுக் குழப்பாதே. இதமாதிரியெல்லாம் வேற யாரிட்டயும் சொல்லாதே" என்று சொல்லிவிடுவார். நாங்கள் உனக்குச் செய்ய வேண்டியதைச் செய்து விட்டோம். இனி உன் வாழ்க்கையை நீதான் பார்த்துக்கொள்ள வேண்டும். எங்களைத் தொந்தரவு செய்யாதே என்று அழுத்தமாகச் சொல்வதுபோல் அவரது முகபாவனை இருக்கும்.

அம்மா இயலாமை கலந்த ஒரு புன்னகையுடன் அப்பா சொல்வதை ஆமோதிப்பதுபோல் பேசாமலிருப்பாள். அலக்ஸ் வந்தால் அந்த இயலாமையின் கனத்தை நாசூக்காகப் பேசி தீர்த்துக்கொள்வாள். அம்மா பொறுப்பை யாரிடமாவது தள்ளிவிட்டால் நல்லது என்றே நினைப்பாள். அப்பா தான் எல்லாவற்றையும் எடுத்துக் கொள்வார். சில விஷயங்களைக் குறித்து நிறையப் பேசவோ, சர்ச்சை செய்யவோ விரும்ப மாட்டார். அலக்ஸ் கேட்டுக் கொண்டிருப்பான். அது ஒரு தெறாப்பி என்பான்.

சுவரோரமாகக் கிடந்த ஒரு சாக்குகட்டி எடுத்து வெறும் தரையில் கட்டம் கட்டமாக வரைந்தேன். ஒவ்வொரு கட்டத்திலும் அத்தை, மாமா, ஆதி, பாலா என்றெழுதினேன். ஆதி என்ற எழுத்துகள் மட்டும் கட்டத்தினுள் நில்லாமல் குதித்து வெளியே போயிற்று.

பி. உஷாதேவி

நான் மறுபடியும் எழுதினேன். பின்னர் அந்தக் கட்டத்தை மட்டும் அழுத்தி அழுத்திக் கோடுகள் போட்டு சதுரக் கட்டத்தைத் தனியாக எடுத்துக்காட்டும்படி செய்தேன். கட்டத்துக்குள்ளிருந்து ஆதிக்கு வெளியே போகமுடியாதபடி செய்துவிட்டேன் என்று நம்பினேன். ஆதி எனும் எழுத்துகள் அமைதியாக இருப்பதுபோல் கற்பனை செய்துகொண்டேன்.

எனக்கு மிகவும் கவலையாக இருந்தது. ஆதி இன்றும் வரக் காணோம். யாரிடமும் அதைப்பற்றி கேட்கவும் முடியாது. யாரிடம் கேட்பதென்று தெரியவும் தெரியாது. நானும் ஆதியும் கொஞ்சம்தான் பேசியுள்ளோம். காலையில் கிளம்பி வேலைக்குப் போய்விட்டு இரவில் வந்து சாப்பிட்டுவிட்டு தூங்கச்சென்று விடுகிறார். சில நாள்கள் வேலைக்கே போவதில்லை.

கட்டில் தலைப்பக்கம் மூன்று தலைகாணிகளை அடுக்கி வைத்துச் சாய்ந்து உட்கார்ந்து ஜன்னல் வழி வெளியே பார்த்துக்கொண்டிருக்கிறார். அப்போது அவரிடம் பேசச்சென்றால் முகமே கொடுப்பதில்லை. நான் அவரிடத்தில் என் அன்பை வெளிப்படுத்த எண்ணி அவர் தோள் மேல் கைப்போட்டாலும் அவர் என்னைப் பொருட்படுத்துவதில்லை. ஆனால் புறக்கணிக்கும் நோக்கமோ ஏதும் கோபம் இருப்பதாகவுமோ ஒன்றும் தெரியவில்லை. அவரது அழகான பரந்த நெற்றியை வருடி தலைமுடியைக் கோதிவிட்டாலும் அவர் கல்லாலான சிற்பம்போல் அசையாமல் இருக்கிறார்.

எப்போதாவது என்னைப் பார்த்து மெலிதாகச்சிரிப்பார். அவர் என் கைகளைப் பற்றிக் கொள்வார் என்றும், காதலுடன் என்னைப் பார்ப்பார் என்றும் எதிர்பார்த்து

பிச்சியின் பாடு ✵ 166

நான் சற்றுநேரம் நின்றுவிட்டு ஏமாற்றத்துடன் அகன்று விடுவேன். அத்தையும் மாமாவும் ஒருவருக்கொருவர் பார்த்துக் கொள்வார்கள். நாள்கள் இப்படியே நகர்ந்து கொண்டிருக்கின்றன. நான் இங்கு வந்து ஒரு மாதமாகிறது.

"இதப்பார் அலக்ஸ். எனக்கு நல்லது செய்யறோம் னிட்டு அம்மா, அப்பா அவசர அவசரமாக இந்தக் கல் யாணத்தைப் பண்ணி வச்சாங்க. நீயும் ஸப்போர்ட் பண்ணினே. நான் இங்க வந்தப்புறம் இரண்டு தரம் ஆதி சரியாகச் சொல்லிக் கொள்ளாமல் வெளியூர் போயிட் டார். டி.வி. பார்த்துக்கிட்டோ பேப்பர் படிச்சுக்கிட்டோ இருக்கறப்ப திடீர்னு என்னவோ நினைவு வந்தாப்ல தரையை உற்றுப்பார்த்துக் கொண்டிருப்பார். இல்லன்னா சுவரெ வெறிச்சுக்கிட்டிருப்பார். இல்ல, டி.வி.யெ பார்த்தா அவர் அதையல்ல பாக்கறதுன்னு தெரியும். பேப்பரில பிரிச்ச பக்கம் அப்படியே இருக்கும்.

திடீர்னு எந்திரிச்சுபோய் நீளமான ஒரு தோள்பையில கொஞ்சம் உடுப்புகள் எடுத்து வச்சுக்கிட்டு பீரோ திறந்து கொஞ்சம் பணம் எடுத்து பர்சில் வச்சுக்கிட்டு யார்கிட்டயும் ஏதும் சொல்லாத அவசரமா கிளம்பிப் போயிடுவார். பத்து நாளுக்கு முன்னாலேயும் இப்படிப்போய் மூணு நாளிலெ திரும்பி வந்தார். இப்பப் போய் இன்னிக்கு நாலாவது நாளாகிறது. செல் கையில எடுக்கறதில்லை. அத்தையும் மாமாவும் அவர் வேலை விஷயமா வெளியூர் போயிருக்கார்னு சொல்றாங்க. அதெ என்னாலெ நம்ப முடியல.

இடையில் ஒரு நாள் நான் உனக்கு இதைப் பற்றி சொன்னப்ப, நீ அவர் வேலை பாக்கற ஆயுர்வேத ஆஸ்பத்திரில போய் விசாரிச்சுட்டு ஒண்ணும் பெரிய

விஷயமில்லே, சின்னதா ஏதோ ஷாக் ஆயிருக்குன்னு சொன்னாங்கன்னே. நீயும் ஏதோ மறைக்கிறா மாதிரிதான் எனக்கும் தோணுது.

அலக்ஸ், நான் பாட்டுக்கு வீட்டில் சமையல் வேல எல்லாம் பாத்துக்கிட்டு சாயங்காலங்களிலெ சின்னக் குழந்தைகளுக்கு டியூஷன் எடுத்திட்டு, புக்ஸ் படிச்சுக் கிட்டு, பின்பக்கம் வாய்க்கால்ல தண்ணி வரப்ப குதித்து நீந்தும் மீன்களெ பாத்துட்டு இருந்திருப்பேன்ல்லே.

எனக்கு எதையெல்லாமோ இழந்துவிட்டதுபோல் வருத்தம் தோன்றியது. அலக்ஸ் என்பவன் வேலை மாற்றலாகி இந்த ஊருக்கு வந்து பக்கத்து வீட்டில் குடித்தனம் வந்து அப்பாவிடம் பேச ஆரம்பித்த பிறகு அம்மாவுக்குச் சற்றே கவலை ஏற்பட்டது. விளக்கு வைத்த பின் ஏழுமணி வாக்கில் அவன் வீட்டுக்கு வந்து அப்பாவிடம் ஏதாவது பேசிக்கொண்டிருப்பான். அவ்வளவாக நண்பர்கள் எல்லாம் இல்லாத அப்பாவுக்கு அவனைப் பிடித்துப் போயிற்று.

அதுவும் அப்பா ஒரு சிறு வாகன விபத்துக்குப்பின் காலில் கட்டுப்போட்டு வீட்டுக்குள் இருந்த நேரம். அவனது வருகை அவருக்கு வசதியாகப் போயிற்று. காய்கறி வாங்குவது, கரண்ட் பில் கட்டுவது என்று எல்லாம் செய்தான். பத்திரிகை, மாத இதழ்கள் வாங்கி வந்தான். அவர்களது பேச்சில் நானும் கலந்து கொள்வேன். அது அம்மாவுக்குப் பிடிக்காது.

அவன் முதலில் வந்து அறிமுகப்படுத்திக் கொண்ட போதே அம்மா நாசூக்காகக் கேட்டாள். பெண்டாட்டி குழந்தைகளை அழைச்சிட்டு வரலையா? அதற்கு அவன் மேரி என்ற மனைவியும் ஒரு சிறு குழந்தையும்

உண்டென்றும், மேரி வேலை பார்க்கிறாள் என்றும் தெரிவித்தான். குழந்தையை இப்போதுதான் எல்கேஜி யில் விட்டிருக்கிறதாகவும் உதவிக்கு மாமியார் உண்டு என்றும் சொன்னான். இருந்தாலும்கூட நாங்கள் பேசிக்கொண்டிருக்கும்போது, அம்மா என்னைக் கூப்பிட்டு, "டீ பாலா இங்கே வா. இந்த வெங்காயத்தெ உரிச்சு வை" என்பாள்.

இவளுக்கு எத்தனையோ ஜாதகம் வருது. ஒண்ணுகூட பொருத்தமில்லை. தெரிஞ்ச பையன் யாராம் இருந்தா சொல்லு என்பாள் அம்மா அலக்ஸிடம். கூடவே நிறைய வரதட்சணை கேட்பவனாக இருக்கக் கூடாது என்பதையும் பூடகமாகச் சொல்வாள். பொருத்தமுள்ள ஜாதகங்கள் வரன்கள் வருகின்றன என்பதையும் அவர்கள் கேட்கும் நகை வரதட்சணை தர முடியாமல் இருக்கிறது என்பதையும் அம்மா சொல்லாமல் மறைத்தாள். ஆனால் அலெக்ஸுக்கு அது புரிந்திருக்கும்.

கோயிலுக்குச் செல்லும் வழியில் காமாட்சிப் பாட்டி அம்மாவிடம் பக்கத்து வீட்டுப் பையன் எப்பவும் ஏன் உன் வீட்டுக்கு வரான் என்று கேட்டதிலிருந்தே அம்மா ரொம்பக் கவலைப்பட ஆரம்பித்தாள். அப்போதுதான் ஆதியிடமிருந்து, அதாவது ஆதியின் வீட்டிலிருந்து கேட்டு வந்தார்கள். அப்பாவும் அம்மாவும் ரொம்ப ஒன்றும் விசாரிக்காமல் என் கல்யாணத்தை நடத்தி வைத் தார்கள். நூல்கண்டின் சிக்கல்களை மெதுமெதுவாக எடுத்துவிட்டால், எல்லாம் நன்றாகத்தான் இருக்கும் என்று முணுமுணுத்துக்கொண்டே நான் மறுபடியும் சும்மா வெளியே பார்த்தேன்.

இப்போது சற்றே கூடுதலாக வெயில் பரவியுள்ளது.

கேட்டின் இடதுபக்கம் வெள்ளைமலர்களை ஏந்தி நிற்கும் சிறு பூ மரம். இலைகளும் கரும்பச்சை வண்ணத்தில் இருக்கின்றன. ஒளிபடும்போது பளபளப்பு தெரிவதும் அசையும்போது மறைவதும் நன்றாக இருக்கின்றன.

அந்தச் சிறு பூ மரத்தில் ஏதோ கொடி படர்ந் துள்ளதுபோல் தெரிகிறது. அதில் இளஞ்சிவப்பு நிறத்தில் நீளமானமொட்டு போன்றபூக்கள்காணப்படுகின்றன. அது பூத்த பின்னும் மொட்டுப்போல் நீளமாகத்தான் இருக்கும் போலும். நிழல்கள் அசைந்து கொண்டிருக்கின்றன. இலைச் சருகுகளைக் காற்று அவ்வப்போது இடம் மாற்றிக் கொண்டிருக்கிறது.

நான் வாசல் கதவைச் சாத்தித் தாழிட்டுவிட்டு உள்ளே வந்தேன். இன்று தேடிப் பார்க்க வேண்டும். ஆதியின் அறையில் மேஜைமேல் பரவிக்கிடக்கும் புத்தகங்கள், தாள்கள் எல்லாவற்றையும் சீராக வைக்க வேண்டும் என்று எண்ணி அவரது அறைக்குள் நுழைந்தேன்.

மேஜைமேல் எல்லாம் கலைந்து கிடந்தது. நிறையப் புத்தகங்கள், பத்திரிகைகள், ஜோசியம் சம்பந்தப்பட்ட சிறு இதழ்கள் என ஒவ்வொன்றாக எடுத்து அடுக்கி வைத்தேன். ஆயுர்வேதம் குறித்த புத்தகங்கள் ஜோசியம் சம்பந்தப்பட்ட இதழ்கள் எனத் தனித்தனியாக வைத்தேன்.

பெரிய நீளமான ஒரு நோட்டுபுக் கண்ணில் பட்டது. அதைப் புரட்டினேன். மூன்று வெற்றுத் தாள்களுக்குப்பின் ஒரு சித்திரம் வரையப்பட்டிருந்தது.

அந்தச் சித்திரம் மிகவும் அழகாக இருந்தது. தரையில் விரிக்கப்பட்ட நிறைய மலர்களும் இலைகளும் உள்ளது போல், நெய்யப்பட்ட சிவப்புநிற கம்பளம் மீது ஓர்

இளம்பெண் உட்கார்ந்திருந்தாள். ஒருவிதமாக மண்டி போட்ட நிலையில் அமர்ந்திருந்த அவள் மடியில் வைத்திருந்த ஒரு வாத்தியத்தில் அவளது விரல்கள் இருந்தன. அழகான பிறை போன்ற நெற்றி. வில் போன்ற புருவங்கள். நீளமான மூக்கு. மூக்கில் ஒற்றைச் சிவப்புக்கல் மூக்குத்தி. நீள்விழிகள் முக்கால்வாசி மூடியதுபோல். வாத்தியத்திலிருந்து வந்த இசையில் மூழ்கியதுபோல், சற்றே திறந்த மெலிதான சிவந்த இதழ்கள். வெண்சங்கு போன்ற கழுத்து. கற்கள் பதித்த நகைகள் கழுத்தை அலங்கரிக்கின்றன.

கூந்தலில் கொஞ்சத்தைத் தலைக்குமேல் கொண்டை போல் கட்டி மலர்மாலைகளும் மணிமாலைகளும் சூடியிருந்தாள். மீதி கூந்தல் தோள் வழியாக முன்பக்கம் கிடந்தது. கொண்டையின் அருகே இருந்து மிக மெல்லிய வெள்ளைத்துணி ஒன்று நீளமாகக் கீழே வந்து சிவப்பு கம்பளத்தில் பரந்து கிடந்தது. அந்த மெல்லிய ஆடை வழியாகச் செழுமையான தோள்கள் தெரிந்தன. மார்பில் சிவப்புநிற கச்சமும், இடையில் நிறைய சுருக்கங்கள் உள்ள பச்சைநிற பாவாடை போன்று உடையும் அணிந்திருந்தாள். பாவாடையின் கீழ்பக்கம் ஜரிகை வேலைப்பாடுள்ள கரை வட்டமாகப் பரவிக் கிடந்தது. அவளது பின்பக்கமிருந்த சுவரில் பெரிதாக ஒரு ஜன்னல் இருந்தது. அதுவழியாகத் தூரத்தில் சிவப்பும் நீலவுமாக மலர்கள் நிறைந்த மரங்கள் காணப்பட்டன. அந்தப் படம் என்னை வெகுவாக கவர்ந்தது. அந்த வாத்தியம்தான் யாழ் என்று நான் நினைத்துக் கொண்டேன். அந்தப் பெண்ணைத் தேடித்தான் ஆதி வெளியே போயிருக்கிறாரோ என்று சந்தேகம் வந்தது எனக்கு. அந்தச் சித்திரத்துப் பெண்ணைப்போல், ஒரு பெண் அவருக்குத் தெரிந்தவளாக இருந்திருக்கலாம். அவள்

தோழியா, காதலியா என்பதெல்லாம் அவருக்குத்தான் தெரியும்.

எனக்கு மிகவும் வருத்தமாக இருந்தது. நான் எனக்கென்று அமைக்கப்பட்ட இடத்துக்கு வரவில்லையோ? இன்னொருவரது இடத்தில் தெரியாமல் ஏறி உட்கார்ந்து கொண்டிருக்கிறேனோ? இது என்ன குழப்பம். என் இடத்தை நான் காலி செய்து கொடுக்க வேண்டி வருமோ? இந்த யாழிசைக்கும் பெண் நிஜமா, நிழலா என்று எப்படித் தெரிந்து கொள்வது? எனக்கு யாழிசைக்கத் தெரியாதே? ஸ்வரங்களில்லாமல் ஒரு சில கீர்த்தனைகள் மட்டுமே எனக்குப் பாடத் தெரியும். நான் பாடுவது கேட்கும்படியாகத்தான் உள்ளது என்று அலக்ஸ் சொல்லியுள்ளான். அம்மாவும் அப்பாவும் என்னைப் பாடச் சொல்லிக் கேட்பார்கள்.

எனக்கு அழுகை வரும் போலிருந்தது. நான் அறைக்கு வெளியே வந்து காய்ந்த துணிகளை மடித்து வைக்கத் துவங்கினேன். நேரம் போய்க்கொண்டிருக்கிறது.

இரண்டு

கண்முன்னே நதி பாய்ந்தோடிக் கொண்டிருக்கிறது. தூரத்தில் எங்கோ மழை பெய்துள்ளது போலும். நீர் பெருக்கெடுத்தோடுகிறது. இந்த நதியில் சற்று தூரத்தில் இருக்கும் ஒரு பாலத்தின் கைப்பிடிச்சுவரை இடித்துக் கொண்டு, அந்த வண்டி கீழே விழுந்துவிட்டதாம். அதில் அவள் இருந்தாளாம். யாருக்கும் பெரிதாக அடிபட வில்லை என்றும் சொன்னார்கள். அவள் நலமாக இருக்கிறாளா என்று தெரிய வேண்டும். அது தெரியும்வரை நிம்மதியாக இருக்க முடியாது. இப்போது அவள் எங்கே

இருக்கிறாள் என்று என் மனம் கேட்டுக்கொண்டே இருக்கிறது.

அவள் ஒருவேளை நீருடன் அடித்துச் செல்லப்பட்டு நினைவிழந்து எங்கேயாவது கிடக்கிறாளோ. அது சாத்தியமில்லை. விபத்து நடந்து மூன்று மாதங்களுக்கு மேலாகிவிட்டது. ஏதோ ஒரு திரைப்படத்தில் கண்டது போல் இதுவரை உள்ள விஷயங்களை, கடந்த காலத்தை மறந்துபோய் விடுவாளா? யாராவது அவளை அடையாளம் கண்டு கூட்டிச் சென்றார்களா? ஏதாவது மருத்துவமனையிலோ வீட்டிலோ இருக்கிறாளா? ஆதி யாரென்று கேட்டால் தெரியாது என்பாளா? ஞாபக மில்லை என்று தலையசைப்பாளா?

எனக்கு மனது காயப்பட்டதுபோல் வலித்தது. நான் அவளைக் காணாமலேயே இருந்திருக்கலாம் என்றும்கூட தோன்றுகிறது. இப்பொழுதும் நான் அவளது கை தவிர முகத்தைக்கூட பார்க்கவில்லைதான்.

முதலில், செழுமையான இளம் மஞ்சளும் வெளுப்பும் கலந்த ஒரு கைதான் ஜன்னல் வழி வெளியே வருவதை நான் கண்டேன். ஜன்னல் கதவில் கொக்கியைப் பற்றிக்கொண்ட நீளமான விரல்களையும் கண்டேன். நான் ஜன்னல் வழியே எவ்வளவோ எட்டிப் பார்த்தும் ஒரு கையையும் விரல்களையும் தவிர ஒன்றும் காண முடியவில்லை. பக்கத்து வீட்டில் புதிதாக ஒரு குடும்பம் வாடகைக்கு வந்துள்ளது என்று அம்மா சொன்னாள். வேலை பார்க்கும் ஊரிலிருந்து இரண்டு நாள் விடுப்பில் வீட்டுக்கு வந்த எனக்கு அந்தக் கையின் உரிமையாளரைக் காண வேண்டும் என்று ஆவல் தோன்றியது நிஜம்தான்.

பி. உஷாதேவி

அடுத்த முறை விடுப்பில் வந்தபோது, வானில் மழை மேகங்கள் சூழ்ந்திருந்த ஒரு சாயங்காலப் பொழுதில் இனிமையான குரலில் பாட்டொன்று மெலிதாகக் கேட்டது. நன்றாகக் கேட்பதற்காக நான் வெகு நாள்களாகத் திறக்கப்படாத, திறக்க கஷ்டமான ஜன்னலை மிகவும் சிரமப்பட்டுத் திறந்தேன். பாட்டு இன்னும் நன்றாகக் கேட்டது. யாதவ குல முரளி என்று குரல் குழைந்து குழைந்து கேட்டது. அந்த இடமெல்லாம் ஒளி நிரப்பப்பட்டதுபோல் தோன்ற நான் ஒருவிதப் பரவசத்துடன் மெலிதான குரலில் யாதவ குல முரளீ என்று பாடினேன். என் பாட்டை கேட்டு அந்தப் பாட்டும் வயலினிசையும் நின்று விடக்கூடாது என்பதால், நான் மிகவும் மெல்லிய குரலில்தான் பாடிக்கொண்டிருந்தேன். என் நெஞ்சமெல்லாம் மகிழ்ச்சி நிறைந்திருந்தது.

அந்த நாள்களில்தான் ஒரு சித்திரம் வரைந்தேன். நான் கண்ணால் கண்டிராத ஓர் இளம் பெண்ணை யாழ் மீட்டும் இளம் பெண்ணாகக் கற்பனை செய்து வரைந்தேன். அவள் வாசித்தது வயலின்தான் என்று எனக்குத் தெரிந்திருந்த போதிலும் யாழ் மீட்டும் பெண்ணாக அவளைக் கற்பனை செய்ய எனக்குப் பிடித்திருந்தது. அது ஓர் இளம்பெண்தான் என்று நானே முடிவு செய்து கொண்டேன்.

அடுத்த முறை விடுப்பில் வந்தபோது, "மணீ.. மணீ" என்று ஒரு பெண்குரல் அவளை அழைப்பது காதில் விழுந்தது. தெரிந்து பெரிய விஷயமில்லை போலும் என்கிற பாவனையில் அம்மாவிடம் நான் பக்கத்துவீட்டுக் குடித்தனக்காரர்கள் பற்றி விசாரித்தேன். ஒரு அம்மாவும் பெண்ணுமாகக் குடிவந்திருக்கிறார்கள். அந்தப் பெண் ஏதோ ப்ராஜக்ட் செய்கிறாள். கொஞ்ச நாள்கள்

இருப்பார்கள். பிறகு ஊருக்குக் கிளம்பி விடுவார்கள். அவள் பெயர் மணிகர்ணிகா போன்ற விபரங்களை அம்மா தெரிவித்தாள். மணிகர்ணிகா என்ற பெயர் எனக்குப் ரொம்பப் பிடித்தது. மணிகர்ணிகா என்ற பெயரை நான் மனத்திற்குள் அடிக்கடி உச்சரித்துக் கொண்டேன். நான் மிகவும் மகிழ்ச்சியுடன் கற்பனை உலகில் சஞ்சரித்துக் கொண்டிருந்த நாள்கள் அவை.

விடிந்தும் விடியாத ஒரு காலைப்பொழுதில் அம்மாவும் அப்பாவும் ஒரு திருமணத்துக்குக் கிளம்பிச் சென்றபின் மறுபடியும் படுத்துத் தூங்கப் பிடிக்காது நான் ஜன்னலருகே சென்று வெளியே பார்த்துக்கொண்டு நின்றேன். அந்த இனிமையான காலைப்பொழுது எனக்கு உற்சாகம் தர நான் ஸ்வாகதம் கிருஷ்ணா என்று மெல்லப் பாடினேன். மதுராபுரி சதனா மிருது வதனா என்றதும் மதுசூதனா என்று மறுபக்கத்திலிருந்து குரல் கூடவே பாடிற்று. நான் மறுபடியும் பாடினேன். அந்தக் குரலும் கூடவே பாடிற்று. அப்போது எனக்கு அலைபேசியில் ஒரு அழைப்பு வர நான் முன்னறைக்குச் சென்றுவிட்டேன். பாட்டுப் பற்றி நான் அம்மாவிடம் சொன்னேன். அம்மா சிரித்தாள்.

அன்று சாயங்காலமே அந்தப் பக்கத்து வீட்டம்மா என் வீட்டுக்கு வந்தார். அம்மாவிடம் பேசிக் கொண் டிருந்துவிட்டு இன்னும் இருவாரங்கள் கழித்து ஊருக்குக் கிளம்புவதாகவும் ஒருசில பேருந்துகளின் நேரம் குறித்து என்னிடம் விசாரித்தார். நானும் எனக்குத் தெரிந்ததைச் சொன்னேன்.

குறிப்பிட்ட நேரத்தில் குறிப்பிட்ட பேருந்து நன்றாக இருக்கும் என்று சஜஸ்ட் பண்ணினேன். அதுதான்

இப்போது என்னை வாட்டியெடுத்துக் கொண்டிருக்கிறது. ஏனென்றால் அந்தப் பேருந்துதான் விபத்துக்குள்ளானது.

அடுத்தமுறை விடுப்பில் வந்தபோது பக்கத்துவீடு பூட்டிக்கிடந்தது. அவங்கல்லாம் காலி பண்ணிட்டுப் போயாச்சு என்றாள் அம்மா சாதாரணமாக. நான் வெறுமையாக உணர்ந்தேன்.

பின்னர் ஒருநாள் பத்மாவதியக்காதான் விபத்துக் குறித்த விபரம் சொன்னாள். எனக்குத் தூக்கிவாரிப் போட்டது. நான் குறிப்பிட்ட பேருந்து குறித்துச் சொல் லாமலிருந்தால் அவர்கள் வேறு எதிலாவது போயிருக்கக் கூடுமே என்று நினைக்க, அந்தக் கணம் எனக்குத் தலை சுழன்றது. நான்தான் காரணம் என்று எனக்குள் இருந்து யாரோ உரக்கச் சொல்லிக் கொண்டிருந்தார்கள். எப்போதும் இடைவிடாது அந்தக் குரல் ஒலித்துக் கொண் டிருக்கிறது. அதைக் கேட்கக் கேட்க எனக்கு மயக்கம் வரும் போலிருந்தது.

பிறகு பல இடங்களில் விசாரித்தபோது, அந்த விபத்தில் யாருக்கும் காயமில்லை என்று தெரிய வந்தது. எனக்குச் சற்றே நிம்மதி தோன்றியது.

அம்மா என்னைச் சிலமுறை மருத்துவமனைக்குக் கூட்டிச் சென்றதாகச் சொன்னாள். பின்னர் தேரடித் தெரு ராஜா மாமா அவளுக்குக் கல்யாணமாயிற்று என்று சொன்னார் என்பதை அப்பாவும் அம்மாவும் தெரிவித் தார்கள். என் முகத்தைப் பார்த்துப் பேசாமல் அம்மா போகிற போக்கில் சொல்லிவிட்டுப்போனதால், அம்மா ஏதோ மறைக்கிறாளோ என்று எனக்குச் சந்தேகம் வந்தது. நான் தேரடித் தெரு மாமாவைப் பார்க்கச்

சென்றேன். அவர் ஏதோ தீர்த்தாடனம் போயிருக்கிறதாகப் பக்கத்திலுள்ளவர்கள் சொன்னார்கள். பூட்டிக் கிடந்த வீட்டை மறுபடியும் பார்த்துவிட்டு வந்துவிட்டேன்.

அப்பா அம்மா நிர்பந்தத்திற்கு இணங்கிக் கல்யாணம் பண்ணிக் கொண்டேன். பாவம் பாலா. அவளை நினைக்கையிலும் எனக்கு மனசு கஷ்டமாக இருக்கிறது. ரொம்ப இன்னசென்ட் போலத் தெரிகிறாள். பாலாமணி என்கிற பெயரும் நன்றாகத்தானிருக்கிறது. நான் உதாசீனப் படுத்துவதாக அல்லது புறக்கணிப்பதாக நினைக்கிறாளோ என்னவோ. அவள் நல்ல பெண். இத்தனை நாள்களில் அவளது மெதுவான பேச்சும் அடக்கவும் சமையலறையில் புழங்குவதும் எல்லாம் ஒருவித அழகுடனேயே இருக்கிறது.

இருநாள்களுக்கு முன் ஒருநாள் மதியம் சாப்பாட்டுக்குப்பின் ஏதோ ஒரு துணியில் பூத்தையல் போட்டுக்கொண்டே, ஒரு பாடலை மெதுவான குரலில் பண்ணிக்கொண்டிருந்தாள். ஏதோ இந்திப் பாடல்போல் தோன்றியது. அது ஆஜ் ஆயே ச்யாம் மோகன் என்ற பாடல்தானா என்று அவளிடம் கேட்க வேண்டும் என்று தோன்றியபோது, எனக்கு யாதவ குல முரளீ என்று மணி கர்ணிகா பாடியது ஞாபகம் வந்துவிட்டது. உன்னால் தான் விபத்து, உன்னால்தான் விபத்து என்று கூடவே ஒருகுரல் காதில் ஒலிக்க ஆரம்பித்துவிட்டது.

மணிகர்ணிகா எங்காவது நன்றாக இருக்கிறாள் என்று தெரிந்தால் போதும். அவள் எங்காவது நலமாக இருக்க வேண்டும்.

பி. உஷாதேவி

மூன்று

பத்மாவதி வந்து வாசல்பக்கம் நிற்பது கண்டு பாலா எழுந்தாள். பத்மாவதி உள்ளே போய்விட்டாள். பாலாவுக்கு இன்னும் சற்று நேரம்கூட தனியாக இருக்க வேண்டும் போலிருந்தது.

ஆதி கைபேசி எடுத்துச்செல்வதில்லை. அதனால் எங்கே இருக்கிறார். எப்போது வருவார் என்பன போன்ற விபரங்கள் எதுவும் யூகிக்க முடியாது. ஆதி வரும்போது வரட்டும் என்று காத்திருக்க வேண்டியதுதான். ஆதி வந்தால் என்ன கேட்பது, என்ன பேசுவது அல்லது என்ன கேட்க வேண்டும், என்ன பேச வேண்டும் என்பது குறித்து அவள் யோசித்தாள். ஒருவேளை ஏதாவது கவலையுடன் வருவாரோ என்னவோ.

பத்மாவதியிடம் பேச்சுக் கொடுத்துப் பார்க்க லாமென்றெண்ணி, சமையலறைப் பக்கம் சென்றாள். வாஷிங்மெஷினில் துணிகளைப் போட்டுக் கொண் டிருந்தாள் பத்மாவதி. என்ன கேட்பது? என் கணவ ருக்கு என்ன பிரச்சனை? ஏன் இப்படி பிஹேவ் பண்ணுகிறார்? அவருக்கு வேறு ஏதாவது அஃபெயர் உண்டா... என்றெல்லாம் கேட்க முடியுமா என்று குழம்பினாள். பின்னர் ஒரு டப்பாவிலிருந்து கொஞ்சம் உயர்தர சாக்லேட்டுகள் எடுத்து ஒரு கவரில் போட்டு, பத்மாவதியிடம் தந்து, "இந்தா உன் பிள்ளைகளுக்குக் கொடு" என்றாள். பின்னர் எப்படிப் பேச்சை ஆரம்பிப் பது என்று யோசித்துக்கொண்டு நின்றபோது, வேலி யோரமாகக் கீழே கிடந்த தேங்காய் கண்ணில் பட்டது. உடனே,

“பக்கத்து வீட்டு மரத்துத் தேங்காயில்லே இங்க கெடக்குது. அங்கே யாருமில்லயா?” எனக் கேட்டாள் அவள்.

“அங்க யாருமில்லம்மா. ஒரு குடும்பம் கொஞ்ச நாளைக்கி இருந்தாங்க. அவங்க காலி பண்ணி போனப் புறம் ஒத்தரும் வரல்லே” என்றாள் பத்மாவதி.

“அங்கெ ஒரு பொண்ணு இருந்தாமில்லை” என்று பேச்சை வளர்த்தாள் அவள். ஆதிக்கு ஏற்பட்ட ஷாக் அந்தப் பெண்ணால் ஏற்பட்டிருக்குமோ என்று சந்தேகப் பட்டாள். அலக்ஸ் ஏதோ மூடி மறைத்த மாதிரி இருந்தது.

“ஆமா, மணின்னு பேரு. நல்ல பொண்ணு. அவளும் அம்மாவும் ஏறியிருந்த பஸ் வந்து எங்கெயோ, பாலத்திலெ போய் இடிச்சிட்டுதாம். யாருக்கும் ஒன்னும் ஆபத்தில்ல. அடிபடல்லே. அவங்க வேற ஏதோ பஸ்ல போற மாதிரி இருந்தாங்களாம். ஆதி தம்பிதான் இது சீக்கிரமாப் போகும். இதிலெ போங்கன்னு அந்த அம்மாகிட்ட சொல்லிச்சாம். நம்ம சொன்னதனாலெத்தானே அந்த பஸ்ல போனாங்க. அடடான்னுட்டுத் தம்பி மயக்கம் போட்டு விழுந்திடுச்சி. அந்தப் பொண்ணுக்கு ஒண்ணும் காயமில்லே நல்லாத்தான் இருக்குன்னு சொன்னா தம்பி நம்ப மாட்டேங்குது. சரியா விசாரிக்கணும். நேர்ல பாத்தாத்தான் நம்புவேன்னு அடம் பிடிக்குது. அந்தக் குடும்பம் பத்தி கூடுதலா நமக்கொண்ணும் தெரியாது. ஆனா விசாரிச்சு தெரிஞ் சுக்கிட்டாத்தான் நிம்மதின்னு தம்பி சொல்லுது. அதான் அடிக்கடி வெளில போவுது. டாக்டர்ட்டெ காட்டி மருந்து மாத்திரெயெல்லாம் குடுக்கற மாதிரி ஆயிப்போச்சு. இப்ப மருந்தொன்றுமில்லெ. நீ ஒண்ணும் கவலப்படாதெ. எல்லாம் சரியாயிடும். மகாலட்சுமி மாதிரி நீ வந்திருக்கே.

பின்னே சரியாகாம எங்கே போவ." சமையலறையில் ஒவ்வொரு வேலையாகச் செய்து கொண்டே சொல்லி முடித்தாள் பத்மாவதி.

பாலா எல்லாம் கவனமாகக் கேட்டுக்கொண்டிருந் தாள். பத்மாவதி காய்கறி வாங்கிட்டு வாரேன்னு சொல்லிப் பணம் வாங்கிக்கொண்டு வெளியே சென்றாள். பாலா வெயிலைப் பார்த்துக்கொண்டு சும்மா வாசல் கதவருகே நின்றாள்.

ஆதி, அவள் கல்யாணமாகி எங்கோ நன்றாக இருக் கிறாள் என்று சொல்கிறார்கள். அதை நம்புங்கள். நான் உங்களுக்கு ஒரு நல்ல பாதியாக இருக்கிறேன். எனக்கு யாழ் வாசிக்க எல்லாம் தெரியாது. ஆனால் நீங்கள் பாடும்போது, நான் சுற்றுப்புறமெல்லாம் அமைதியாக இருக்கும்படி பார்த்துக் கொள்கிறேன். சமையலறைச் சத்தங்களோ மோட்டார் போடும் சத்தமோ எதுவும் இல்லாதபடி பார்த்துக் கொள்கிறேன். உங்களுடைய மகிழ்ச்சிதான் என்னுடைய மகிழ்ச்சியும் என்று மனத்துக்குள் சொல்லிக் கொண்டாள்.

நான்கு

நதிக்கரையில் இருக்க ஆரம்பித்து, நீண்ட நேரமா கிறதே என்று நினைத்து எழுந்தான் ஆதி. காலை வெயிலில் சூடு கூடிக்கொண்டிருக்கிறது. இப்பொழுது கிளம்பினால் இன்னும் இரண்டு மணிநேரத்தில் வீட்டுக்குச் சென்றுவிடலாம். பாலா பாவம் தேடிக் கொண்டிருப்பாள். அவளை ரொம்பக் கஷ்டப்படுத்து கிறேனோ, கவலைப்பட வைக்கிறேனோ என்னவோ.

அவன் ஒரு பெருமூச்சுடன் நடந்து பேருந்து நிறுத்தம் வந்துவிட்டான். ஓரிருவர் தவிர யாருமில்லாமல்

வெறிச்சென்று கிடந்தது. அது நெடுஞ்சாலையோரமாக இருந்தது. அவனுக்குப் போக முடியாத ஒரு பேருந்து வந்து நிற்க, நிறுத்தத்தில் காத்து நின்றவர்கள், அதில் ஏறிக்கொண்டார்கள். அவன் யாருமற்றிருந்த பேருந்து நிறுத்தத்தில் நீளமான சிமெண்ட் பெஞ்சு போன்ற இருக்கையில் அமரப் போனான்.

அப்போதுதான் யாரோ மறந்து வைத்துவிட்டுச் சென்ற பத்திரிகை ஒன்று கிடந்ததைக் கண்டான். அவன் சும்மா சுவாரஸியமின்றி அதை எடுத்து புரட்டிப் பார்த்தான். ஆனால் அவனை ஆச்சரியப்படுத்திக்கொண்டு மணிகர்ணிகாவுக்கும் ரகுநாதனுக்கும் நடந்த திருமணத் தின் புகைப்படம். திருமணத்துக்கு வந்தவர்களுக்கு நன்றி என்ற அடிக்குறிப்புடன் இருந்தது. அவளது முகம் கண்டிருக்கவில்லை என்றாலும், அந்த அம்மாவின் இன் னொரு பதிப்பாக இருந்தாள் மணிகர்ணிகா. அவனுக்கு மிகுந்த நிம்மதி தோன்றியது. அவனுக்குச் சிரிக்க வேண்டும் போலிருந்தது. அடுத்து வந்த பேருந்தில் அவன் ஏறிக்கொண்டான்.

ஐந்து

பாலா மறுபடியும் முன்னறைக்கு வந்து மேஜை மீதிருந்த பத்திரிகைகளை அடுக்கி வைத்துவிட்டு அன்றைய தினப்பத்திரிகையைப் பிரித்தாள். அதில் அவள் கண்டாள். மணிகர்ணிகாவும் ரகுநாதனும் திருமணம் செய்து கொண்ட புகைப்படம். காய்கறி வாங்கிவிட்டு வந்த பத்மாவதி அக்காவிடம் காண்பித்து உறுதிப்படுத்திக்கொண்டாள்.

அந்தப் புகைப்படம் தெரியும்படியாக மடித்து மேஜை மேல் வைத்து மேலே ஒரு கண்ணாடி பேப்பர் வெய்ட் எடுத்து வைத்தாள்.

இல்லாத யாழை கற்பனை செய்து பார்க்கும் ஆதி. ஒரு நிழலின் பின்னால் கவலையுடன் நடந்து செல்லும் ஆதி. பாவம் ஆதி என்று தனக்குள் முணுமுணுத்துக் கொண்டாள்.

ஆதியை அருமையாகப் பார்த்துக்கொள்ள வேண்டும். அந்த நிழலின் பிடியிலிருந்து வெளியே அழைத்து வர வேண்டும். மிகவும் மென்மையான உணர்வுகள் கொண்ட அந்த மனதை அரவணைத்துக்கொள்ள வேண்டும். ஆதிக்குச் சாய்ந்து நிற்க ஒரு தோள் வேண்டும்.

ஆதி, அந்தத் தோள் நான்தான். என் தோள்மேல் சாய்ந்து கொள்ளுங்கள். நாம் ஒரு மரத்தடியில் அமர்ந்திருக் கிறோம். இளம் காற்று வீசுகிறது. வண்ண மலர்களும் இலைகளும் அசைந்தசைந்து கீழே வந்து நம்மேல் விழு கின்றன. நம்மால்தான் எல்லாம் என்கிற நினைப்பே அர்த்தமற்றது.

மணிகர்ணிகா நன்றாக இருக்கிறாள். அவள் குறித்து என்னிடம் பேசத் தோன்றினால் பேசுங்கள். அவள் மனம் பேசிக்கொண்டே இருந்தது. அப்போதுதான் ஆதி உள்ளே நுழைந்தான். அவன் முகம் பிரகாசமாக இருந்தது. இதழோரம் மெலிதாகத் தெரிந்த சிரிப்பால் அவன் முகம் அழகாகக் காணப்பட்டது.

அவள் அவனருகே சென்று பையை வாங்கிக் கொண் டாள். மென்மையாகச் சிரித்தபடி மேஜைமேல் பையை வைத்துவிட்டு, அவனைப் பார்த்தாள். அவனும் பார்த்தான்.

அவன் சிரித்தப்படி அவளை நோக்கி, கையை நீட்டினான். அவள் அந்தக் கையை அன்புடன் பற்றிக் கொண்டாள்.

முதன்முதலாக அறிமுகமாகும் நபர்கள்போல் அவள்,

"நான் மணி" என்றாள்.

"எனக்குத் தெரியும், பாலாமணி" என்றபடி அவன் மெதுவாக அவளை அணைத்துக் கொண்டான்.